# நீல நிலா!

| ராஜேஷ்குமார் |

நீல நிலா!
ராஜேஷ்குமார்

முதல் பதிப்பு : ஜூலை 2022

RK பப்ளிஷிங்,
23, யமுனா தெரு, க்யூரியோ கார்டன் அவென்யூ,
வடவள்ளி, கோயம்புத்தூர் - 641 046.

விலை : ₹ 225

நூல் வடிவமைப்பு : மு.க.ரவிசந்திரஹாசன்
அட்டைப்பட வடிவமைப்பு : ஆர். கே. ஸ்ரீவத்ஸன்

**Neela Nila**
**Rajeshkumar**



First Edition  : July 2022

Published by :  RK Publishing,
23, Yamuna Street, Curio Garden Avenue,
Vadavalli, Coimbatore 641 046.
Phone : 89251 16783
email : rkpublishing41@gmail.com
www.rajeshkumarnovels.com

Price : ₹ 225

சிங்காரச் சென்னை தோல் சீவிய பீட்ரூட் நிறத்தில் விடிந்து கொண்டிருந்தது.

டாக்டர் பெருமாள் வாக்கிங் புறப்பட்டுப்போக, பங்களாவை விட்டு வெளியே வந்த வினாடி அவருடைய இடுப்பில் இடம்பிடித்திருந்த செல்போன் ஜலதோஷம் பிடித்துக்கொண்ட அழகான பெண்ணைப்போல சிணுங்கியது. எடுத்து வலக்காதில் பொருத்தினார்.

"எஸ்...."

"டாக்டர்...! பிரதிபா பேசறேன்..." மறுமுனையில் பேசிய பெண்குரலில் போர்க்கால அவசரம் தெரிந்தது.

"ஓ... பிரதிபாவா...! வணக்கம். என்னம்மா இவ்வளவு காலையில போன்...?"

"டாக்டர்...! நான் இப்போ உங்களுக்கு வணக்கம் சொல்லக்கூடிய நிலைமையில இல்லை... நீங்க உடனே புறப்பட்டு கோவர்த்தனன் ஹாஸ்பிடலுக்கு வாங்க..."

"ஹாஸ்பிடலுக்கு வர்றதா...? யாருக்கு என்ன ஆச்சும்மா...?"

"டாக்டர்! அப்பா மாடிப்படியில் இறங்குறப்ப தடுமாறி கீழே விழுந்துட்டார். தலையில் பலத்த அடி..."

"அடடே...! நீ இப்போ எங்கேயிருந்து பேசிக் கிட்டிருக்கேம்மா...?"

"கோவர்த்தனன் ஹாஸ்பிடலிருந்து டாக்டர்..."

"அப்பாவுக்கு ஒண்ணும் பயப்படறமாதிரி இல்லையே...?"

"ரத்தம் ரொம்பவும் வெளியேறிடுச்சு... அப்பாவை ஐ.சி.யூனிட்டில் வெச்சு பார்த்துட்டிருக்காங்க... ஃபேமிலி டாக்டர்ங்கிற முறையில, நீங்க ஹாஸ்பிடலுக்கு வந்து இங்கே இருக்கிற டாக்டர்கஸ்கிட்ட பேசினா பரவாயில்லை..."

"பயப்படாதேம்மா...! அப்பாவுக்கு ஒண்ணும் ஆகாது. நான் உடனே புறப்பட்டு வர்றேன்... உன்னோட அண்ணங்க நவநீதனும், சிவசங்கரும் பக்கத்துல இருக்காங்களா...?"

"பெரிய அண்ணன் நவநீதன் நேத்துதான் வியாபார விஷயமா டெல்லி புறப்பட்டு போனார்... சின்ன அண்ணன் சிவசங்கர் பக்கத்துலதான் இருக்கார்... அண்ணனை பேசச் சொல்லட்டுமா டாக்டர்...?"

"வேண்டாம்மா... நான் இப்போ அங்க வந்துடறேன்..."

டாக்டர் செல்போனை அணைத்து வலது உள்ளங்கையில் அடக்கிக் கொண்டே, போர்டிகோவில் நின்றிருந்த தன் காரை நோக்கி போனார்.

அந்த விடிகாலையில் போக்குவரத்தற்ற சென்னைச் சாலைகளில், வேகமான பதினைந்து நிமிடப் பயணம்.

கிண்டி தொழிற்பேட்டைக்கு பக்கத்தில் இருந்த ஏழு மாடி ஹாஸ்பிடல் வந்தது. டாக்டர் பெருமாள், காரை பார்க்கிங்கில் நிறுத்திவிட்டு உள்ளே வேகவேகமாய் போனார்.

பிரதிபாவும், சிவசங்கரும் இருட்டடித்த முகங்களோடு எதிர்ப்பட்டனர்.

பிரதிபாவின் பெரிய கண்களில் அழுகை மழை. கையிலிருந்த

பூப்போட்ட கைக்குட்டையால் வாயைப்பொத்தி விம்மலை அடக்கிக் கொண்டிருந்தாள்.

பெருமாள், சிவசங்கரை நெருங்கி அவன் தோள் மேல் கையை வைத்தார்.

"சிவா...! டாக்டர் என்ன சொல்றார்...?"

"இப்போதைக்கு எதுவும் சொல்ல முடியாதுன்னு சொல்லிட்டார்... ரத்தசேதம் நிறைய... உச்சி மாடிப்படியிலிருந்து கீழே வரைக்கும் இருபத்தியோரு படி உருண்டு வந்து விழுந்திருக்கார். பின்மண்டையில் ஒரு பொத்தல். முன்நெத்தியில பெரிய காயம். இப்போ அப்பாவை ஐ.சி.யூனிட்டில் வெச்சு ரத்தம் கொடுத்திட்டிருக்காங்க. ரத்தத்தை உடம்பு முழுமையா ஏத்துக்கிட்டும் தலையில் ஒரு ஆப்ரேஷன் பண்ண வேண்டியது இருக்கும்னு டாக்டர் சொன்னார்..."

"டாக்டர் யாரு...?"

"கீர்த்திவாசன்..."

"நான் போய் டாக்டரைப் பார்த்துப் பேசிட்டு வர்றேன் சிவா. நீயும், பிரதிபாவும் மனசை போட்டுக் குழப்பிக்காம தைரியமா இருங்க...." சொன்ன பெருமாள் ஐ.சி.யூ வார்டை நோக்கி நடந்தார்.

அவரையே பார்த்துக்கொண்டிருந்த சிவசங்கரும், பிரதிபாவும் கவலை பெருமூச்சுகளோடு மறுபடியும் சுவரோரமாய் போடப்பட்டிருந்த நாற்காலிகளுக்கு வந்து சாய்ந்தார்கள்.

அதே வினாடி பக்கவாட்டில் ஒரு குரல் கேட்டது.

"ஹலோ..."

இரண்டு பேரும் திரும்பிப் பார்த்தார்கள்.

ஒரு இளவயது இன்ஸ்பெக்டர் நின்றிருந்தார். மெல்லிய குரலில் கேட்டார்.

"நீங்க தானே மிஸ்டர் சிவசங்கர், மிஸ் பிரதிபா?"

"ஆமா…"

"உங்கப்பா தில்லைராஜன் மாடிப்படியிலிருந்து, உருண்டு கீழேவிழுந்து அடிபட்டதுக்காகத்தானே இந்த ஹாஸ்பிடல்ல அனுமதிக்கப்பட்டிருக்கார்…?"

"ஆமா…"

"சம்பவம் எப்படி நடந்தது…?"

சிவசங்கர் கோபமாய் எழுந்தான். "எதுக்காக இந்த விசாரணை இன்ஸ்பெக்டர்…?"

இன்ஸ்பெக்டர் புன்னகைத்தார். "காரணம் இருக்கு மிஸ்டர் சிவசங்கர்… காரணம் இல்லாம நான் ஹாஸ்பிடலுக்கு வருவேனா..? நான் கேட்ட கேள்விக்கு முதல்ல பதிலைச் சொல்லுங்க. சம்பவம் எப்படி நடந்தது…?"

சிவசங்கர் எரிச்சலை அடக்கிக்கொண்டு சொன்னான். "இன்ஸ்பெக்டர்! இன்னிக்கு காலையில அப்பா தூங்கி எந்திரிச்சதுமே, பத்திரிகை படிக்கிறதுக்காக மாடிப்படியில இறங்கி வந்தார். அப்போ கால் பிசகி உருண்டு விழுந்துட்டார். தலையில பலத்த காயம்…! அவர் அடிபட்டு ஆஸ்பத்திரியில இருக்கிறதா உங்களுக்கு யார் சொன்னாங்க…?"

"ஒரு போன் வந்தது. பேசினவங்க தன் பேரைச் சொல்லாமல் விஷயத்தை மட்டும் சொல்லிட்டு வெச்சுட்டாங்க."

"என்னன்னு சொன்னாங்க…?"

"அவங்க வேறமாதிரி சொன்னாங்க…"

"வேற மாதிரின்னா…?"

"அது… அது… அது வந்து… உங்க அப்பா, மாடிப்படிகளில் உருண்டு விழுந்தது விபத்து இல்லையாம்…"

"பின்னே…?"

"கொலை முயற்சியாம்…"

"முட்டாள்தனம்…! அப்பா மாடிப்படிகளில் இருந்து உருண்டு விழுந்ததைப் பார்த்தவன் நான்.. தூக்கக்கலக்கத்துல இறங்கி வந்தவர் கால் பிசகிட்டார். போனில் எவனோ, எதையோ சொன்னா உடனே அதை வேதவாக்கா எடுத்துக்கிட்டு வந்துடறதா இன்ஸ்பெக்டர்…?"

"சாரி மிஸ்டர் சிவசவங்கர்…! எங்களுக்கு புகார் எங்கேயிருந்து வந்தாலும் சரி, அது உண்மையா… பொய்யான்னு விசாரிக்க வேண்டியது எங்க கடமை. காக்கிச்சட்டை போட்டு காலாட்டிட்டு உட்கார்ந்திருக்கவா அரசாங்கத்துல எங்களுக்கு சம்பளம் தர்றாங்க…?"

இன்ஸ்பெக்டர் கிண்டலாகவும் உஷ்ணமாகவும் பேசிக்கொண்டிருக்கும்போதே ஒரு நர்ஸ் வேகநடையில் பிரதிபாவையும், சிவசங்கரையும் நெருங்கினாள்.

"டாக்டர் பெருமாள் உங்க ரெண்டு பேரையும் ஐ.சி யூனிட்டுக்கு வரச் சொன்னார்"

இருவரும் நர்ஸை தொடர்ந்து போக, இன்ஸ்பெக்டர் குரல் கொடுத்தார்.

"விசாரணை இன்னும் முடியலை சிவசங்கர். ரெண்டுபேரும் போயிட்டு வாங்க. நான் இதே நாற்காலியில் உட்கார்ந்திருக்கேன்…"

பிரதிபாவும், சிவசங்கரும் அவருடைய பேச்சை பொருட்படுத்தாமல் நர்ஸை பின்தொடர்ந்து ஐ.சி.யூனிட்டுக்குள் நுழைந்தார்கள்.

அப்பா தில்லைராஜன் தலையில் பெரிய கட்டோடு கட்டிலில் அசைவில்லாமல் படுத்திருக்க, டாக்டர்கள் கீர்த்திவாசனும், பெருமாளும் ஏதோ பேசியபடி நின்றிருந்தார்கள்.

பிரதிபா அழுகை கீறும் கண்களோடே அப்பாவை ஒரு

பார்வை பார்த்துக்கொண்டே, டாக்டர் பெருமாளிடம் கேட்டாள்.

"டாக்டர்...! அப்பாவுக்கு இப்போ எப்படி இருக்கு...?"

"நிலைமை கொஞ்சம் மோசம்தான்மா... மூளைப்பகுதியில ரத்தக்கசிவு இருக்கு... ஏதோ பேச விரும்பினார்... ஆனா பேச வரலை... அவரோட கையில பேனாவைக் கொடுத்து இந்த அட்டையில் எழுதச் சொன்னோம். அவர் ரொம்பவும் பிரயாசைப்பட்டு ஒரே ஒரு வார்த்தையை மட்டும் எழுதினார்."

"அது என்ன வார்த்தை டாக்டர்...?"

டாக்டர் கீர்த்திவாசன் பக்கத்து செல்ஃப்பில் வைக்கப்பட்டிருந்த அந்த அட்டையை எடுத்துக் காட்டினார்.

கோணல்மாணலான தமிழ் எழுத்துக்களால் அந்த வார்த்தை தெரிந்தது.

'நீல நிலா'.


**அ**டர்த்தியான காட்டின் நடுவே இருந்த வனத்துறைக்குச் சொந்தமான செக்போஸ்ட் அருகே, அந்த சொகுசு வேன் நின்றது.

அதன் முகப்பில் துணியாலான பேனர் இடம் பிடித்திருக்க, அதில் 'தொல்பொருள் ஆராய்ச்சித்துறை' என்ற சிவப்புவர்ண எழுத்துக்கள்.

வேனுக்குள்ளே மூன்று இளம் பெண்கள். மூன்று இளைஞர்கள். ஐம்பத்துஐந்து வயதில் ஒரு நபர்.

செக்போஸ்ட்டில் சில வனத்துறை ஊழியர்கள் இருந்தார்கள்.

அதில் ஒருவன் செக்போஸ்ட் முன்னே இருந்தான். அவன் மெதுவாக வேன் பக்கத்தில் நடந்து வந்து வேனுக்குள் எட்டிப் பார்த்துக் கேட்டான்.

"காட்டுக்குள்ளே எங்கே போறீங்க...?"

"காணாதது கண்டான் கோட்டைக்கு...! என் பேர் பத்ரிநாராயணன். தொல்பொருள் ஆராய்ச்சித்துறையில் இயக்குனராய் இருக்கேன். இவங்க ஆறு பேரும் ஆராய்ச்சித்துறை மாணவ,மாணவிகள். காட்டுக்குள்ளே பத்து நாள் தங்கி, காணாதது கண்டான் கோட்டையை ஆராய்ச்சி பண்ணி, விபரங்களை அரசாங்கத்துக்கு தெரியப்படுத்தும் பணி எங்களிடம் ஒப்படைக்கப்பட்டிருக்கு..."

"அது சம்பந்தமான கடிதம் ஏதாவது இருக்கா...?"

"இதோ..."

பத்ரிநாராயணன் கையில் வைத்திருந்த கோப்பினைப் பிரித்து ஒரு கடித உறையை எடுத்து நீட்டினார்.

அதை அவன் வாங்கிப் பார்த்துவிட்டு, பக்கவாட்டில் திரும்பி குரல் கொடுத்தான்.

"சங்குண்ணி..."

ஆஸ்பெஸ்டாஸ் கூரை வேயப்பட்டிருந்த செக்போஸ்ட் அறையிலிருந்து அந்த நடுத்தர வயது நபர் வெளிப்பட்டான்.

வெற்று மார்பு, கறுப்பு வேட்டி, கழுத்தில் ருத்ரமணி மாலை, நெற்றிப்பரப்பு முழுதும் சந்தனம், அதன் நடுவே ஒரு குங்குமப்பொட்டு. பாதி முகத்தை மீசையும், தாடியும் குத்தகைக்கு எடுத்துக்கொண்டு கறுப்பும், வெள்ளையுமாய் பயிராகி இருந்தன.

"என்ன மாதவன்...?"

"இவங்க தொல்பொருள் ஆராய்ச்சித்துறையிலிருந்து வந்திருக்காங்க...! பத்து நாள் தங்கியிருந்து காணாதது கண்டான் கோட்டையை ஆராய்ச்சி பண்ணப் போறாங்களாம். அது சம்பந்தமா நமக்கு ஏதாவது இன்ஃபர்மேஷன் வந்து இருக்கா...?"

"இல்லையே...!"

"என்ன பண்ணலாம்... இவங்களை உள்ளே அனுப்பறதா... வேண்டாமா...?"

"அவங்க லெட்டர் ஏதாச்சும் கொண்டு வந்திருக்காங்களா... இல்லையா...?"

"கொண்டு வந்திருக்காங்க..."

"பின்னே என்ன... அனுப்பிடு..."

"அனுப்பிடலாம்... ஆனா இப்பவே மணி ஆறு. ஒரு பத்து நிமிஷத்துக்குள்ளே காடு பூராவும் குபீர்னு இருட்டிடும்... சமீபத்துல பெஞ்ச மழையில ரோடு வேறு சரியில்லை... வேனில் எவ்வளவுதான் வேகமா போனாலும் காணாதது கண்டான் கோட்டைக்குப் போய் சேர ஒரு மணி நேரமாயிடும்..."

"நீ சொல்றதும் சரிதான்... அவங்ககிட்டே நிலைமையைச் சொல்லிப் பாரு..."

மாதவன், பத்ரிநாராயணனை மறுபடியும் வேனுக்குள் எட்டிப் பார்த்தான்.

"சார்... வந்தது வந்தீங்க... கொஞ்சம் நேரத்துக்கு முன்னாடி புறப்பட்டு வெளிச்சத்துல வந்திருக்கக் கூடாதா... உள்ளே ரோடு சரியில்லை சார்... என்னதான் ஹெட்லைட்ஸ் போட்டுக்கிட்டு போனாலும் வண்டியை ஓட்டுறது கஷ்டம்... அதிலும் அரை கிலோமீட்டர் தூரத்துக்கு ரோடே இருக்காது... இந்த இருட்டுல உள்ளேபோய் மாட்டிக்கிட்டீங்கன்னா பெரிய பிரச்னையாயிடும்... இன்னிக்கு ராத்திரி இங்கேயே தங்கிட்டு நாளைக்குக் காலையில கிளம்பிடுங்க சார்..."

பத்ரிநாராயணன் தனக்குப் பக்கத்தில் உட்கார்ந்திருந்த ஆராய்ச்சி மாணவ, மாணவிகளை திரும்பிப் பார்த்தார்.

"என்ன செய்யலாம் சொல்லுங்க... தைரியமா காட்டுக்குள்ளே போகலாமா...? இல்லை இவர் சொல்றமாதிரி இங்கேயே தங்கிட்டு நாளைக்குக் காலையில போகலாமா...?"

அந்தப் பெண்களில் ஒருத்தியான மேகலா சொன்னாள்.

"சார்...! வனத்துறையைச் சேர்ந்த இவங்க சொன்னா சரியாத்தான் இருக்கும்... நாம தங்கிட்டு நாளைக்கு

காலையிலேயே போகலாம்.''

"சரி! டெண்ட் அடிச்சுடலாமா...?''

பத்ரிநாராயணன் வேன் கதவை திறந்துகொண்டு கீழே இறங்க, மற்ற ஆறு பேரும், டிரைவரும் கீழே இறங்கினார்கள்.

குளிர்காற்று ஜில்லிப்பாய் முகத்தில் அடித்தது.

பத்ரிநாராயணன் அந்த ஆராய்ச்சி மாணவர்களை ஏறிட்டார். ''வருண், சபா, சுந்தர் நீங்க மூணு பேரும் டெண்ட் அடிக்க தோதான இடம் எதுன்னு பாருங்க...! மேகலா, பொன்மணி, ரமா நீங்க மூணுபேரும் வேனுக்கு மேலே இருக்கிற டெண்டை கீழே இறக்குங்க... டிரைவர் மாணிக்கத்தை உதவிக்குக் கூப்பிட்டுக்கங்க...''

எல்லோரும் உற்சாகமாய் கலைந்தார்கள்.

சரியாய் ஒரு மணிநேரம்!

பெரிய ஒரு ஆலமரத்துக்குக்கீழே இரண்டு கொட்டகைகள் கூம்பு வடிவத்தில் உருவாயின.

எட்டு மணிக்கு இரவு உணவு தயாரிக்கப்பட்டு வனத்துறை ஊழியர்கள் மாதவனோடும், சங்குண்ணியோடும் உட்கார்ந்து சாப்பிட்டார்கள்.

அவர்கள் சகஜமாக பழக ஆரம்பித்ததும், மேகலா கேட்டாள்.

''உள்ளே செல்போனெல்லாம் வேலை செய்யுமா.. சங்குண்ணி?''

''ஸ்பெஷல் பர்மிஷன் வாங்கி சில இடத்துல அதுக்கான ஏற்பாடு பண்ணியிருக்கோம்.. நெட்வொர்க் கிடைச்சா உங்க அதிர்ஷ்டம்''

அதைக் கேட்டதும் மேகலா ஆச்சரியப்பட்டுக் கொண்டே அவனிடம் மெதுவாக இன்னொரு கேள்வியை வீசினாள். அது அவனைப் பற்றியதாக இருந்தது.

"என்ன சங்குண்ணி... உங்களைப் பார்த்தா ஃபாரஸ்ட் ஆபிஸர் மாதிரியே தெரியலையே... கறுப்பு வேட்டி, ருத்ரமணி மாலை, நெற்றி நிறைய சந்தனப் பூச்சு, குங்குமப் பொட்டு, ஏதோ சாமியார் மாதிரி இருக்கீங்க...?"

சங்குண்ணி பதில் சொல்லாமல் புன்னகைக்க, மாதவன் சொன்னான். "கடந்த ஆறு மாசமா சங்குண்ணிக்கு இது தான் கோலம். இவருக்கு ஆரூடம் தெரியும். தெய்வகணிப்பும் தெரியும். இவர் எது சொன்னாலும் நூத்துக்கு நூறு அப்படியே நடக்கும்...!"

"உண்மையாவா...?" பொன்மணியும், ரமாவும் வாய்களைப் பிளக்க, வருண் கேட்டான்.

"தெய்வகணிப்பு பார்க்கிறதுன்னா என்ன...?"

"ஒரு காரியத்தை பண்ணலாமா... வேண்டாமான்னு தெய்வத்துக்கிட்டே அனுமதி கேட்கறதுதான்...!"

வருண், சங்குண்ணியை ஏறிட்டான். "நீங்க எங்களுக்காக பார்க்க முடியுமா...?"

"எதுக்காகப் பார்க்கணும்...?"

"காட்டுக்குள்ளே இருக்கிற காணாதது கண்டான் கோட்டையை கடந்த பல வருஷங்களாய் புதைபொருள் ஆராய்ச்சித்துறை கண்டுக்கவே இல்லை... முதல் தடவையாய் நாங்கதான் அதை ஆராய்ச்சி பண்ண வந்து இருக்கோம். இந்த ஆராய்ச்சி வெற்றிகரமாய் அமையுமா... அமையாதா...? நாங்க எதிர்பார்க்கிற தகவல்கள் கிடைக்குமா... கிடைக்காதா?"

சங்குண்ணி புன்னகையோடு எல்லோரையும் ஒரு தடவை பார்த்துவிட்டு, மெல்லிய குரலில் சொன்னான்.

"நீங்க இங்கே வந்த கொஞ்சநேரத்துக்குள்ளே நான் பார்த்துட்டேன்..."

எல்லோருடைய முகங்களும் வியப்புக்குப் போயிற்று.

"உண்மையாவா...?"

"ம்..."

"இந்த ஆராய்ச்சி வெற்றிகரமா அமையுமா... அமையாதா?"

"அமையாது...! நீங்க... இந்த ஆராய்ச்சியைக் கைவிட்டுட்டு ஊருக்குத் திரும்பிப் போயிடறது உத்தமம்...!"

பத்ரிநாராயணன் கேலியாய் சிரித்தார்.

"என்னது... திரும்பிப் போயிடறதா...? அய்யா... சங்குண்ணி சாமிகளே! இந்த ஜோஸியம், கணிப்பு எல்லாம் காட்டில் விறகு பொறுக்க வர்ற பொண்ணுங்ககிட்டே வெச்சுக்குங்க... எங்ககிட்ட வேணாம்..."

"கணிப்பு பொய் சொல்லாது...!"

"சாமிகளே...! இது கம்ப்யூட்டர் யுகம்" வருண் சொல்லிவிட்டு பெரிய குரலில் சிரிக்க, சங்குண்ணி தன் இடக்கையை உயர்த்தி அந்த சிரிப்பை அணைத்துவிட்டு, எல்லோரையும் பார்த்தபடி உரத்த குரலில் சொன்னான்.

"நீங்க இந்தக் காட்டுக்குள்ளே போகலாம்... காணாதது கண்டான் கோட்டையில் ஆராய்ச்சிகளை மேற்கொள்ளலாம்... ஆனா உள்ளே போகறப்ப எட்டு பேராய் இருக்கிற நீங்க, வர்றப்ப நாலு பேராத்தான் வருவீங்க... உயிரோட இருக்கப் போகிற அந்த நாலு பேரும் யாருங்கிறதை விதிதான் முடிவு செய்யும்...!"

சங்குண்ணியின் பேச்சில் குளுகுளுவென வீசிக்கொண்டிருந்த குளிர்காற்றும் உறைந்தது.

சங்குண்ணி சொன்னதைக்கேட்டு எல்லோரும் கலக்கமான முகங்களோடு ஒருவரை ஒருவர் பார்த்துக்கொள்ள, பத்ரிநாராயணன் வாய்விட்டுச் சிரித்தார்.

"கதை நல்லா இருக்கு சங்குண்ணி சாமிகளே...!"

"கதையா?"

"ம்... கதைதான்! அம்புலிமாமா கதை."

சங்குண்ணி தன் மீசைக்கும், தாடிக்கும் மத்தியில் வெள்ளை சாக்பீஸால் கோடு போட்டமாதிரி புன்னகைத்தான்.

"அப்படீன்னா நான் சொன்னதை நீங்க நம்பலை...?"

"எப்படி நம்ப முடியும்...? நாளைக்கு நடக்கப்போறதை சொல்லக்கூடிய சக்தி உங்ககிட்ட இருந்தா நீங்க ஏன் இந்தக் காட்டுக்குள்ளே வந்து வேலை பார்த்துக்கிட்டு இருக்கீங்க...?"

"நீங்க நினைக்கிறமாதிரி எந்தவிதமான அளப்பரிய சக்தியும் என்கிட்டே கிடையாது. இந்த சோழிகளை குலுக்கிப்போடுறேன். அது என்ன சொல்லுதோ அதைச் சொல்றேன்"

"நீங்க அப்படி பிரசன்னம் பார்த்து சொன்னது ஏதாவது நடந்திருக்கா...?"

அதுவரைக்கும் ஒன்றும் பேசாமல் இருந்த மாதவன் குறுக்கிட்டான்.

"நடந்திருக்கு சார்... போன வருஷம் ஒரு பணக்காரவீட்டு பையன் காட்டு மிருகங்களை வேட்டையாடுறதுக்காக ஜீப்ல வந்தான். பொதுவா காட்டு மிருகங்களை வேட்டையாடக் கூடாதுன்னு சட்டம் இருந்தாலும் ஒரு அரசியல்புள்ளியோட சிபாரிசு இருந்ததால அந்தப் பையனை காட்டுக்குள்ளே அனுப்ப வேண்டியிருந்துச்சு... உள்ளே போகறப்ப சங்குண்ணி அவனை நிறுத்தி 'இன்னிக்கு நீ காட்டுக்குள்ளே போக வேண்டாம். ரெண்டுநாள் கழிச்சு வா. எந்த ஆபத்தும் இல்லாம மிருகங்களை வேட்டையாடிட்டு போகலாம். இன்னிக்கு உன் சாமுத்ரிகா லட்சணப்படி நாள் சரியில்லை. திரும்பிப் போயிடு...'ன்னு சொன்னார்.'போனா என்னாகும்...?'ன்னு அவன் கேட்டான். அதுக்கு சங்குண்ணி 'இன்னிக்கு நீ காட்டுக்குள்ள போனா உனக்கு ஒரு கண்டம் காத்துட்டிருக்கு. அந்தக் கண்டத்துக்கு பெயர் கஜகபால மோட்சம். அதாவது யானையால உனக்கு ஆபத்து ஏற்படலாம்...'ன்னு சொன்னார்."

வருண், சபா, சுந்தர், மேகலா, பொன்மணி, ரமா ஆறு பேரும் உறைந்த பார்வைகளோடு மாதவனையே பார்த்துக் கொண்டிருக்க, அவன் சில இடைவெளிவிட்டு பேச்சைத் தொடர்ந்தான்.

"யானையால உனக்கு ஆபத்து ஏற்படும்ன்னு சங்குண்ணி சொன்னதுமே அந்தப் பையன் சிரிச்சுக்கிட்டே 'மறுபடியும் ஜோசியத்தை ஒரு தடவை நல்லா பாருங்க... என்னாலதான் யானைக்கு ஆபத்துன்னு இருக்கும். ஏன்னா என்கிட்ட இரட்டைக்குழல் துப்பாக்கி இருக்கு. டிரிக்கரை ஒரு தடவை சுண்டினாபோதும், யானைக்குத்தான் கபால மோட்சம் கிடைக்கும். நான் இப்போ காட்டுக்குள்ளே போறேன். போயிட்டு சாயந்திரம் திரும்பி வர்றப்ப யானை எங்கே செத்துக்கிடக்குன்னு

சொல்லிட்டுப் போறேன். போய் அடக்கம் பண்ணிடுங்க'ன்னு சொல்லிட்டு காட்டுக்குள்ளே போனவன், போன ஒருமணி நேரத்துக்குள்ளேயே யானைகிட்ட மாட்டி, அதோட கால்லே மிதிபட்டு தலை நசுங்கி, செத்துப் போயிருந்தான்... உங்களுக்கு சந்தேகமிருந்தா, போன செப்டம்பர் மாசம் நாலாம் தேதி தினத்தந்தி பத்திரிகையை எடுத்துப் பாருங்க. படத்தோட செய்தி வந்திருக்கு...!"

பத்ரிநாராயணன் சிரித்தார். "காக்கா உட்கார பனம்பழம்..."

சங்குண்ணி தன் தாடியைக் கோதிக்கொண்டு தலையாட்டினான்.

"நான் சொல்றதை சொல்லிட்டேன். அதுக்கப்புறம் காட்டுக்குள்ள போறதும்... போகாததும் உங்க விருப்பம். ஆபத்து இருக்குன்னு என்னால சொல்லத்தான் முடியும். அதைத் தடுக்கக்கூடிய சக்தி எனக்குக் கிடையாது. விடியறவரைக்கும் உங்களுக்கு அவகாசம் இருக்கு... நல்லா யோசனை பண்ணுங்க...!"

சங்குண்ணி எழுந்து நடக்க ஆரம்பித்துவிட, மாதவனும் எழுந்து அவனைப் பின்தொடர்ந்தான்.

வருண், சபா, சுந்தர், மேகலா, பொன்மணி, ரமா ஆறு பேரும் கலவரம்படிந்த முகங்களோடு பத்ரிநாராயணனைப் பார்க்க... அவர் சிரித்தார்.

"என்ன... அந்த பைத்தியம் சொன்னதை நம்பிட்டீங்க போலிருக்கு...?"

பொன்மணி அந்தக் குளிரிலும் வியர்த்துப்போயிருந்த தன் முகத்தை கைக்குட்டையால் ஒற்றிக்கொண்டு மெல்லிய குரலில் சொன்னாள்.

"சார்... நாம எதுக்கும் யோசனை பண்ணிட்டு காட்டுக்குள்ளே போறது நல்லது...!"

"முட்டாள்தனமான பேச்சு இது..." சீறினார் புத்ரிநாராயணன்.

"இந்த காணாதது கண்டான் கோட்டையை ஆராய்ச்சி பண்ணி அது சம்பந்தப்பட்ட விபரங்களை இன்னும் ரெண்டு வாரத்துக்குள்ள அரசாங்கத்துக்கு நாம கொடுத்தாகணும். அதுக்காக அரசாங்கம் நமக்கு பத்து லட்சம் ரூபாய் ஒதுக்கி இருக்கு. இந்தத் தொகையை ஒதுக்கச் சொல்லி நான் ரெண்டு வருஷமா போராடி இப்பத்தான் ஜெயிச்சு இருக்கேன். கஷ்டப்பட்டு இப்ப காட்டுக்கும் வந்துட்டோம். வந்த இடத்துல எவனோ ஒருத்தன் ஜோஸியம்ங்கற பேர்ல எதையோ உளறினதை, பெரிய விஷயமா எடுத்துக்கிட்டு யோசனை பண்றது பெரிய முட்டாள்தனம்...!"

வருண் குறுக்கிட்டான். "சார்... நாங்க என்ன சொல்ல வர்றோம்னா..."

"இல்லை... எனக்கு எந்த சமாதான வார்த்தையும் வேண்டாம்... கூடாரத்தையெல்லாம் கழட்டுங்க. நான் இப்பவே காட்டுக்குள்ள போக முடிவு பண்ணிட்டேன். என்கூட வர பிரியம் இருக்கறவங்க வேனில் ஏறி உட்காருங்க... பிரியம் இல்லாதவங்க திரும்பிப் போயிடுங்க..."

பத்ரிநாராயணன் கத்திவிட்டு, ஒரு மரத்தின் கீழே நிறுத்தப்பட்டிருந்த வேனை நோக்கி நடந்தார்.

**ஹா**ஸ்பிடல்

டாக்டர் கீர்த்திவாசனின் அறையில் அவருக்கு எதிரே பிரதிபாவும், சிவசங்கரும், டாக்டர் பெருமாளும் உட்கார்ந்திருந்தார்கள்.

பெருமாளின் கையில் 'நீலநிலா' என்று எழுதப்பட்ட அட்டை.

கீர்த்திவாசன் கேட்டார். "உங்க அப்பா தில்லைராஜன் எழுதியிருக்கற இந்த 'நீலநிலா' வார்த்தைக்கு என்ன அர்த்தம்...?"

பிரதிபாவும், சிவசங்கரும் தீர்க்கமாய்த் தலையாட்டினார்கள்.

"தெரியலை டாக்டர்... நாங்களும் யோசனை பண்ணிப் பார்த்துட்டு களைச்சுப் போயிட்டோம்."

"இது ஒரு பொண்ணோட பேரா இருக்கலாமோ...?"

"வாய்ப்பில்லை டாக்டர்... பொதுவா பெண்களுக்கு வெண்ணிலான்னு பேர் வைப்பாங்க. 'நீலநிலா'ங்கறது வேற எதையோ குறிக்கிற வார்த்தை... அப்பா மேற்கொண்டு ஏதாவது எழுதினா அது என்னன்னு கண்டுபிடிச்சிடலாம் டாக்டர். அப்பாவுக்கு மறுபடியும் எப்போ நினைவு திரும்பும்...?"

"மூளையில் இன்னமும் ரத்தக்கசிவு இருக்கு. அந்தக்கசிவு நின்ன பின்னாடிதான் அவருக்கு சுய உணர்வு திரும்பும். அதே நேரத்துல ரத்தக்கசிவு அதிகமாகவும் வாய்ப்பிருக்கு. அப்படியாகிற பட்சத்தில் திடீர்னு மரணம் ஏற்படலாம்...!"

"டா...க்...ட...ர்..."

"உங்களை பயமுறுத்தறதுக்காக நான் இதைச் சொல்லலை. உங்கப்பா இருக்கிற நிலைமையைச் சொன்னேன்..."

டாக்டர் சொல்லிக் கொண்டிருக்கும்போதே, சிவசங்கரின் பாக்கெட்டில் இடம்பிடித்திருந்த செல்போன் ஓசையை வெளியிட்டது. எடுத்து காதுக்கு ஒற்றினான்.

டெல்லியிலிருந்து நவநீதன் பேசினான்.

"அப்பாவுக்கு இப்போ எப்படி இருக்கு சிவா...?"

"முன்னேற்றம் எதுவும் இல்லை... கொஞ்ச நேரத்துக்குமுந்தி ஏதோ பேசறதுக்காக முயற்சி பண்ணினார். பேச்சு வரலை...

அவர் கையில பேனாவைக் கொடுத்து ஒரு அட்டையில் எழுதச் சொன்னார் டாக்டர். அப்பா ஒரு வார்த்தை எழுதினார்."

"என்ன வார்த்தை...?"

"நீல நிலா..."

"நீல நிலாவா... அப்படிங்னா...?"

"அது புரியாமத்தான் நாங்க தலையை பிச்சுக்கிட்டு இருக்கோம்... உங்களுக்கு ஏதாவது மனசுல தோணுதாண்ணா...?"

"இல்லை! அதுமட்டுமில்ல... என்னிக்குமே அப்பா இப்படியொரு வார்த்தையைச் சொன்னதில்லையே...?"

"அப்பாவோட மனசுக்குள்ள ஏதோ ஒரு விஷயம் இருக்கு... அதனோட வெளிப்பாடுதான் இந்த 'நீலநிலா' வார்த்தை."

"சிவா! நீ ஒரு காரியம் பண்ணு..."

"சொல்லுங்கண்ணா..."

"அப்பாவோட டயரியை எடுத்துப் புரட்டிப் பாரு. 'நீலநிலா'ங்கிற வார்த்தைக்கு தெளிவு கிடைக்கலாம். எனக்கு ஒன்பது மணி விமானத்துல டிக்கெட் கிடைச்சிருக்கு. நான் மத்தியானம் பன்னிரெண்டு மணிக்குள்ள சென்னை வந்துடுவேன். வந்ததும் விரிவா பேசிக்கலாம். அப்பாவோட உயிருக்கு எந்த ஆபத்தும் இல்லையே...?"

"டாக்டர் நம்பிக்கை தர்றமாதிரி எதுவும் சொல்லலை. அப்பாவுக்கு மூளையில ரத்தக்கசிவு அதிகமாயிருக்கு..."

"பயப்படாதே! அப்பாவுக்கு ஒண்ணும் ஆகாது. நான் இப்போ விமான நிலையத்துக்கு போய்க்கிட்டிருக்கேன். ஏதாவது அவசரம்னா எனக்கு போன் பண்ணு. அதென்ன வார்த்தை... நீலநிலாவா?"

"ஆமா..."

"மறக்காம அப்பாவோட டயரியை எடுத்துப் பாரு. விடை கிடைக்கும்."

சிவசங்கர் பேச்சை முடித்துக்கொண்டு செல்போனை மறுபடியும் பாக்கெட்டில் போட்டுக் கொண்ட வினாடி

அறைக்கதவு மெல்லத் தட்டப்படும் ஓசை கேட்டது.

"டொக்... டொக்..."

"யாரு...?" என்றபடி கதவை திறந்தான் சிவசங்கர்.

இன்ஸ்பெக்டர் உள்ளே வந்தார்.

"தொந்தரவுக்கு மன்னிக்கணும் டாக்டர். என்னோட பேர் பன்னீர்செல்வம், இன்ஸ்பெக்டர். தில்லைராஜன் கீழே விழுந்து பலத்த காயம் அடைந்தது சம்பந்தமாய் எனக்கு ஒரு போன் வந்தது. அந்த போனில் பேசின நபர் 'தில்லைராஜன் மாடிப்படிகளில் உருண்டு விழுந்தது விபத்து இல்லை. கொலை முயற்சி'ன்னு சொன்னார்..."

டாக்டர் பெருமாள், இன்ஸ்பெக்டர் பன்னீர்செல்வத்தை கோபமாய்ப் பார்த்தார்.

"என்னது... கொலை முயற்சியா...?"

"போனில் பேசின நபர் அப்படித்தான் சொன்னார்."

பிரதிபாவும், சிவசங்கரும் டாக்டர் பெருமாளிடம் திரும்பினார்கள்.

"டாக்டர்! இந்த இன்ஸ்பெக்டர் காலையிலிருந்து, இதே பல்லவியையே பாடிக்கிட்டு இருக்கார்..."

"இன்ஸ்பெக்டர்! போன்ல யாரோ சொன்னதை ஒரு பெரிய விஷயமா எடுத்துக்கிட்டு நீங்க விசாரிக்க வந்தது சரியில்லை.

இது விபத்துதான். அவரை கொலைசெய்ய முயற்சிக்கக்கூடிய அளவுக்கு எதிரிகள் யாரும் அவருக்கு கிடையாது..."

"சாரி டாக்டர்...! இது ஒரு கொலைமுயற்சியாய் இருக்க வாய்ப்பு அதிகம்னு நான் நினைக்கிறேன். காரணம், போன்ல பேசின அந்த நபர் இன்னொரு உண்மையையும் சொல்றேன்னு சொன்னார்..."

"உண்மையா... என்ன உண்மை?"

"பிரதிபா, நவநீதன், சிவசங்கர்  இந்த மூணு பேர்ல யாரோ ஒருத்தருக்கு தில்லைராஜன் அப்பா கிடையாது."

இன்ஸ்பெக்டர் பன்னீர்செல்வம் சொன்னதைக் கேட்டு டாக்டர்கள் பெருமாள், கீர்த்திவாசன் ஆகியோர் திகைத்துப்போய், பக்கத்தில் நின்றிருந்த பிரதிபாவையும், சிவசங்கரையும் பார்த்தார்கள்.

பெருமாள் கேட்டார்.

"என்ன சிவசங்கர்...! இன்ஸ்பெக்டர் சொன்னதைக் கேட்டியா...?"

"ம்... கேட்டேன்..."

"நீ... பிரதிபா, உங்க அண்ணன் நவநீதன் இந்த மூணுபேரில் யாரோ ஒருத்தர் உங்கப்பா தில்லைராஜனுக்கு பிறந்தவர் இல்லைன்னு இன்ஸ்பெக்டர் சொல்றார். இது உண்மையா...?"

"சுத்த உளறல் டாக்டர்..." கோபமாய்க் கத்தினான் சிவசங்கர்.

அவனைப் பார்த்தபடி இன்ஸ்பெக்டர் பன்னீர்செல்வம் புன்னகைத்தார்.

"மிஸ்டர் சிவசங்கர்... நான் இந்த காக்கிச்சட்டையைப் போட்டுக்கிட்டு இருக்கிறது... உளறிக் கொட்றதுக்காக இல்லை... உண்மைகளை கண்டுபிடிக்கிறதுக்காக! எனக்கு வந்த போன் ஒரு அநாமதேயமாய் இருக்கலாம். இருந்தாலும் நான் அதை

அலட்சியப்படுத்த முடியாது. உங்க மூணு பேரில் ஒருத்தருக்கு தில்லைராஜன் அப்பா கிடையாதுன்னு போனில் ஒருத்தர் சொன்னதை பொய்னு நீங்க நிரூபிச்சுக் காட்டிட்டா நான் இந்த வழக்கிலிருந்து விலகிக்கிறேன்... அது உண்மையாய் இருந்தா இத நான் விடமாட்டேன்..."

பிரதிபா இன்ஸ்பெக்டரை பார்த்து பயபடத்தாள்.

"உங்க மனசுல நீங்க என்னதான் நினைச்சுக்கிட்டு இருக்கீங்க இன்ஸ்பெக்டர்...? எங்க மூணு பேரில் யாரோ ஒருத்தர் அப்பாவை கொலை செய்ய முயற்சி பண்ணியிருக்கலாம்னு சொல்ல வர்றீங்களா...?"

"அட... நான் என்ன நினைச்சேனோ... அதைத்தான் சொல்லி இருக்கீங்க...!"

"இன்ஸ்பெக்டர்... இந்த கிண்டல் எல்லாம் என்கிட்ட வேண்டாம். எங்கக் குடும்பம் சமூகத்துல மரியாதையுள்ள குடும்பம். அந்த மரியாதையைக் கெடுக்கிறதுக்காக யாரோ ஒருத்தர் கிளப்பிவிட்ட புரளி இது. அந்தப் புரளியை உண்மைன்னு நம்பி நீங்களும் மெனக்கெட்டு இந்த விடிகாலையில் தூக்கத்தைக் கெடுத்துக்கிட்டு வந்திருக்கீங்க...? இப்படியொரு பழியைச் சுமத்தின உங்கமேல கோர்ட்டுல அவமதிப்பு வழக்கு தொடரப்போறோம்."

இன்ஸ்பெக்டர் தோள்களைக் குலுக்கினார்.

"தாராளமா தொடருங்க... மிஸ் பிரதிபா...! அந்த கோர்ட்டு உங்களுக்கு மட்டுமில்லை... எனக்கும் தான். நீங்க கோர்ட்டுக்கு வந்தாலும் அந்த குற்றச்சாட்டை உண்மையா பொய்யான்னு நிரூபிக்க வேண்டியிருக்கும்... அங்கபோய் நிரூபிக்கிறதைக் காட்டிலும் எனக்கு மட்டும் நிரூபிச்சுக் காட்டினா போதுமே...!"

அதுவரை ஒன்றும் பேசாமல் நின்றிருந்த டாக்டர் பெருமாள் இன்ஸ்பெக்டரிடம் நிமிர்ந்தார்.

"இப்ப என்ன செய்யணும்ங்கறீங்க...?"

"பிரதிபா, சிவசங்கர், நவநீதன் மூணு பேரும் மரபணு பரிசோதனை பண்ணிக்கணும்..."

"முடியாது..." என்றான் சிவசங்கர்.

"இது எங்களை அவமானப்படுத்துற விஷயம். நாங்க தெய்வமா நினைக்கிற எங்க அம்மாவை இழிவுபடுத்துற விஷயம்... இந்த மரபணு சோதனைகளுக்கெல்லாம் நாங்க ஒத்துக்க மாட்டோம்..."

பெருமாள், சிவசங்கரை கையமர்த்தினார்.

"இதோ பாரு சிவசங்கர்...! போலீஸுக்கு ஒரு சந்தேகம் வந்துட்டா, அதை நிவர்த்தி பண்ண வேண்டியது நம்ம கடமை. முடியாதுன்னு சொல்லி அதைத் தட்டிக் கழிக்கக்கூடாது. இன்ஸ்பெக்டர் சொல்றபடி நீங்க மூணு பேரும் மரபணு சோதனையை பண்ணிக்குங்க... போனில் வந்த புரளி உண்மையா பொய்யான்னு தெரிஞ்சுடும்..."

"டாக்டர்...! நீங்களுமா இன்ஸ்பெக்டருக்கு ஆதரவா பேசறீங்க...?"

"சட்டம் தன்னோட கடமையைச் செய்ய வரும்போது, அதற்குண்டான மதிப்பை நாம் கொடுத்தே ஆகணும்..."

டாக்டர் பெருமாள் சொல்லிக் கொண்டிருக்கும்போதே அந்த ஜூனியர் டாக்டர் உள்ளே வந்து கீர்த்திவாசனுக்குமுன் பவ்யமாய் நின்றார்.

"என்ன... கார்த்திகேயன்...?"

"டாக்டர்...! தில்லைராஜன் 'நீலநிலா'ன்னு ஒரு வார்த்தையை எழுதிக்காட்டினார் இல்லையா...?"

"அந்த வார்த்தைக்குச் சம்பந்தம் இருக்கிறமாதிரி அவருடைய உடம்பில் ஒரு சின்ன மாற்றம்..."

"மாற்றமா...?"

"ம்... வந்து பாருங்க டாக்டர்..." சொல்லிவிட்டு ஜூனியர் டாக்டர் முன்னால் நடந்துபோக, எல்லோரும் அவரைப் பின்தொடர்ந்து போனார்கள்.

ஒரு நிமிட நடை. ஐ.சி.யூனிட்டுக்குள் நுழைந்தார்கள்.

சீரான சுவாசத்தோடு தில்லைராஜன் மல்லாந்து படுத்திருக்க, ரத்தமும் குளுக்கோஸும் டியூப்களில் பயணித்துக் கொண்டிருந்தன.

"என்ன மாற்றம்... கார்த்திகேயன்...?"

கீர்த்திவாசன் கேட்க, ஜூனியர் டாக்டர் மெல்ல நடந்துபோய் தில்லைராஜனின் கால்மாட்டில் இருந்த போர்வையை விலக்கிவிட்டு சொன்னார்.

"வலதுகால் பெருவிரலைப் பாருங்க டாக்டர்..."

கீர்த்திவாசன் பார்த்தார்.

தில்லைராஜனின் வலதுகால் பெருவிரல் நீலநிறமாய்த் தெரிந்தது.

**சுண்ணாம்** பையை அரைத்துப் பூசிய தினுசில் காட்டுப்பகுதி இருட்டில் மூழ்கி இருக்க, பத்ரிநாராயணன் கையில் டார்ச்சோடு வேனை நோக்கி போனார். நடையில் கோபம்! பேச்சில் கோபம்!

"நாம ஜோஸியம், ஜாதகம் பார்க்கவா இந்தக் காட்டுப்பகுதிக்கு வந்தோம்...? பிரசன்னம் பார்த்தானாம்... காட்டுக்குள்ளே எட்டு பேர் போனா நாலு பேர் திரும்பி வர மாட்டாங்களாம்... என்ன பேத்தல் இது...? மாணிக்கம்...!"

வேன் டிரைவர் மாணிக்கம் "சார்..." என்று ஓடிவந்து நின்றான்.

"இப்பவே நடு காட்டுக்குள்ளே போறோம். எல்லாத்தையும் எடுத்து தயார் பண்ணு... உயிருக்குப் பயந்தவங்க இங்கேயே இருக்கட்டும். ஆராய்ச்சியில 'டாக்டர்' பட்டம் வாங்கணும்னு நினைக்கறவங்க என்கூட வரட்டும்."

வருண், சபா, சுந்தர், மேகலா, பொன்மணி, ரமா ஆறு பேரும் பத்ரிநாராயணனை பின்தொடர்ந்தார்கள்.

"சார்... நாங்க யாரும் பயப்படலை... அவர் சொன்ன பிரசன்ன ஜோதிடத்தையும் நாங்க நம்பலை... உங்க கூடவே காட்டுக்குள்ள வர்றோம் சார்..."

பத்ரிநாராயணன் நின்று எல்லோரையும் பார்த்தார்.

"யாருக்கும் பயம் இல்லையே...!"

"இல்ல சார்..."

"டெண்ட் எல்லாத்தையும் பிரியுங்க... இன்னும் அரைமணி நேரத்துக்குள் நாம கிளம்பறோம்..."

கூடாரங்களை பிரிக்க ஆறு பேரும் போனார்கள்.

பத்ரிநாராயணன் வெளியே இருந்த தன் பொருள்களை எடுத்து சூட்கேஸுக்குள் போட்டார்.

பின்னால் அந்த கனைப்புச்சத்தம் மெல்ல கேட்டது.

திரும்பினார். சோதனை சாவடி ஊழியர் மாதவன் நின்றிருந்தான்.

"சார்..."

"என்ன...! உன் நண்பன் ஜோசியம் சொன்னது போதாதுன்னு நீயும் சொல்ல வந்துட்டியா...?"

"சார்...! நான் சொல்றதைக் கொஞ்சம் கோபப்படாம கேளுங்க சார்..."

"என்ன சொல்லப் போறே...?"

"ஜோஸியம், பிரசன்னம் இதையெல்லாம் நம்புறதும், நம்பாததும் உங்க விருப்பம். சங்குண்ணி ஏதோ அவன் மனசுக்குப்பட்டதைச் சொன்னான். அவன் சொன்னதை ஒரு முக்கிய விஷயமாய் எடுத்துக்காமே எச்சரிக்கைக்குரிய விஷயமாய் எடுத்துக்கலாமில்லையா...?"

"இப்ப... நீ என்ன சொல்ல வர்றே...?"

"காட்டுக்குள்ளே இந்த ராத்திரி நேரத்துல போக வேண்டாம் சார்... காலையில விடிஞ்சதும் கிளம்புங்க..."

"ஏன்...?"

"நான் ஏற்கனவே சமீபத்துல பெஞ்ச மழையில ரோடு எல்லாம் மோசமா பாதிக்கப்பட்டு இருக்கு சார்... எவ்வளவு பிரகாசமா முகப்பு விளக்குகளைப் போட்டுக்கிட்டு போனாலும், ரோடு சரியாவே தெரியாது. இது தவிர நாலைஞ்சு 'மக்னா' யானைகள் வேற சுத்திக்கிட்டிருக்கு..."

"எங்கள பயமுறுத்துறதுக்காக போட்ட பட்டியல் இவ்வளவுதான் இருக்கா... இல்லே இன்னமும் மிச்சம் இருக்கா...?"

"சார்... உங்களை பயமுறுத்தறதுக்காக நான் இதையெல்லாம் சொல்லல... வழக்கமா காட்டுக்குள்ளே இப்போ என்னென்ன பிரச்னைகள் இருக்குன்னு சொன்னேன்..."

பத்ரிநாராயணன் ஒரு கேலிப்புன்னகையோடு அவனைப் பார்த்தார்.

"நீ சொன்ன பிரச்னைகள் எல்லாம் காட்டுக்குள்ளே ஒழுங்கா இருக்கான்னு பார்க்கத்தான் கிளம்பிட்டிருக்கோம்..."

"ச... சார்... நான் என்ன சொல்றேன்னா..."

"நீ ஒண்ணையும் சொல்லாதே... உன் வேலையைப் போய் பார்..."

மாதவன் மேற்கொண்டு பேசாமல் தள்ளி நின்றுகொள்ள, அடுத்த அரைமணி நேரத்துக்குள் கூடாரம் பிரிக்கப்பட்டு, அது சம்பந்தப்பட்ட எல்லா பொருட்களும் வேனின் மேற்கூரையில் ஏறிக்கொண்டன.

பத்ரிநாராயணன், ஓட்டுநருக்குப் பக்கத்து இருக்கையில் நவீன பைனாகுலரோடு உட்கார்ந்து கொள்ள, வேனின் பின்பக்கம் வருண், சபா, சுந்தர், மேகலா, பொன்மணி, ரமா ஏறிக்கொண்டார்கள்.

வேன் புறப்பட்டு மெல்ல நகர்ந்தபோது பத்ரிநாராயணன் வெளியே தலையை நீட்டி, வெளியே வேடிக்கை பார்த்தபடி நின்றிருந்த சங்குண்ணியைக் கூப்பிட்டார்.

வேக நடையில் சங்குண்ணி வந்தான்.

பத்ரிநாராயணன் பொரிந்தார்.

"நீ கத்து வெச்சிருக்கிற ஜோஸியம், பிரசன்னத்தை எல்லாம் உன்னோடவே வச்சிக்க. யாராவது வந்தா அவங்கமேல திணிக்காதே. இப்ப நாங்க இந்த ராத்திரி நேரத்துல காட்டுக்குள்ளே போறோம்... எட்டு பேர் போறோம்... உள்ளே போய் ரெண்டுவார ஆராய்ச்சியை முடிச்சிகிட்டு இதே எட்டு பேர், இதே வழியில், இதே வேனில் திரும்பி வருவோம். உனக்கு டாட்டா காட்டிட்டு ஊருக்கு போயிட்டிருப்போம்."

சங்குண்ணி அவருக்கு பதில் சொல்லாமல் திரும்பி, அக்கம்பக்கம் பார்த்தான்.

பத்ரிநாராயணன் கேட்டார்.

"என்ன பார்க்கிறே...?"

"ஒரு சிரிப்பு சத்தம் கேட்டதே சார்...!"

"என்னது! சிரிப்பு சத்தமா...?"

"ஆமா..."

"எனக்குக் கேட்கலையே...!"

"உங்களுக்கு கேட்காது சார்... அது விதி சிரிக்கிற சிரிப்பு...! எனக்கு மட்டும்தான் கேட்கும். என்ன சொல்லியும் கேட்காமே காட்டுக்குள்ளே போறதா முடிவு பண்ணிட்டீங்க... போயிட்டு வாங்க. உங்களில் உயிரோட இருக்கப் போற அந்த நாலு பேர் யார் யாருன்னு தெரிஞ்சுக்க எனக்கு மட்டும் ஆர்வம் இருக்காதா என்ன...?"

சங்குண்ணி சிரித்தபடி சொல்ல

பத்ரிநாராயணனின் இதயத்துக்குள் ஒரு குளிர் மெல்ல பரவியது... முதல் தடவையாய்.

# 4

ஒரே ஒரு வினாடிதான் மனசுக்குள் அந்த பயம். அடுத்த வினாடியே அந்த பயத்தை மனசுக்குள்ளிருந்து கழற்றி வீசினார் பத்ரிநாராயணன்.

எதிரில் நின்றிருந்த சங்குண்ணியை ஒரு ஏளனப்பார்வை பார்த்தபடி சொன்னார்.

"உனக்கு திருப்பியும் சொல்றேன்.. இந்த பயமுறுத்தல் பேச்சை எல்லாம் காட்டுக்குள்ளே விறகு வெட்டப்போற அப்பாவி பொண்ணுங்ககிட்ட வச்சுக்க... எங்ககிட்ட வேண்டாம். மாணிக்கம்! வண்டியை எடு..."

இக்னீஷியன் உசுப்பப்பட்டு வேன் நகர்ந்தது.

முகப்பு விளக்குகளின் வெளிச்சம் இருட்டைத் துடைத்து எடுக்க, காட்டுக்குள்ளே ஊடுருவியிருந்த பாதை பார்வைக்கு கிடைத்தது.

வேனின் இரைச்சல் சத்தத்தில் காட்டில் நிலவியிருந்த நிசப்தம் அறுபட்டது. வேனுக்குள் மௌனம்.

காட்டின் இருட்டில் வேன் வேகம் எடுத்து இரண்டு கிலோமீட்டர் தூரம் ஊடுருவியபோது முதல் தடவையாய் அந்தச் சத்தம் கேட்டது.

வானத்தில் இடிஇடிக்கிற சத்தம்.

எல்லோரும் ஒருவினாடி மிரண்டுபோய் ஒருவரை ஒருவர் பார்த்துக் கொண்டார்கள்.

"என்ன இது... திடீர்னு இடிச்சத்தம்...? கொஞ்சநேரத்துக்கு முன்னாடிவரை மழை பெய்யற அறிகுறியே இருக்கலையே...!" வருண் சொல்ல, பக்கத்தில் உட்கார்ந்திருந்த சபாவும் ஆச்சர்யப்பட்டான்.

"சோதனைச்சாவடி பக்கத்துல நாம டெண்ட் போட்டப்பகூட வானத்துல நிலாவும், நட்சத்திரங்களும் இருந்ததே...!"

பத்ரிநாராயணன் கேலியாய் குரல் கொடுத்தார்.

"இது காட்டுப்பகுதி. இந்தப் பகுதியையொட்டி மேற்குத் தொடர்ச்சி மலைகள் இருக்கிறதால எப்ப வேணும்ன்னாலும் மழை பெய்கிற சாத்தியம் இங்க உண்டு. இந்த இடி எங்கேயோ இடிக்கிற இடி. இங்கே மழை பெய்யாது..." பத்ரிநாராயணன் சொல்லிக் கொண்டிருக்கும்போதே

பாறைகள் ஒன்றோடொன்று மோதிக்கொண்டு உருண்டு வருவதைப் போன்ற இடிச்சத்தம் தலைக்குமேல் கேட்டது.

தொடர்ந்து கண்களையே பிடுங்கி எடுக்கிற மின்னல் வெட்டியது. அதுவரை மெதுவாய் வீசிக்கொண்டிருந்த காற்று, மரங்களையே அசைத்துப் பார்க்கிற மாதிரி வீசியது. வேனின் முன்புறக் கண்ணாடியில் இரண்டொரு மழைத்துளிகள் பட்டுச்சிதறியது.

வேனை ஓட்டிக் கொண்டிருந்த மாணிக்கம் திரும்பி, பத்ரிநாராயணனைப் பார்த்தான்.

"சார்... மழை பலமா பெய்யும் போலிருக்கு... வேனை எங்கேயாவது ஒதுக்கி நிறுத்திக்கலாமா...?"

"என்னது... வேனை நிறுத்திறியா...? சரியாப் போச்சு.

மழை பெரிசா பிடிக்கிறதுக்குள்ளே வேனை விரட்டு. ஒருமணி நேரத்துக்குள்ளே காணாதது கண்டான் கோட்டைக்குப்போய் சேர்ந்துடலாம். அங்கே போயிட்டா ஆதிவாசிகள் குடியிருப்பு நிறைய இருக்கு..."

பத்ரிநாராயணன் சொல்லிக் கொண்டிருக்கும்போதே மழைத்துளிகளின் எண்ணிக்கை அதிகரித்து கண்ணாடியின்மேல் பட்டுச்சிதறியது. 'சடச்சட'வென்று கற்களை எறிந்தது போன்று சத்தம்.

மாணிக்கம் வேனை விரட்டினான். காட்டுக்குள் மேலும் ஒரு கிலோமீட்டர் தூரம் போவதற்குள் மழை பலமாகக் கொட்டியது. வைப்பர்கள் நீரை வேகவேகமாய் வழித்துப்போட்டது.

மேகலா மிரண்டுபோன கண்களோடு தனக்குப் பக்கத்தில் உட்கார்ந்திருந்த ரமாவை மெல்ல சுரண்டினாள்.

"ரமா..."

"ம்..."

"சங்குண்ணியோட தெய்வக்கணிப்பு உண்மை யாயிடுமோன்னு எனக்குப் பயமா இருக்கு...!"

"மெல்லப் பேசு... பத்ரிநாராயணன் காதுல விழுந்துடப்போவுது... உன்னைக் குதறி எடுத்துடுவார்...!"

"என் காதுல விழுந்துடுச்சு..." சொல்லிக்கொண்டே பத்ரிநாராயணன் மேகலாவை கோபமாய் திரும்பி பார்த்தார்.

"சா.. சாரி... சார்..."

மேகலா பயத்தோடு எச்சில் விழுங்க, அவர் குரலை உயர்த்தினார்.

"என்கூட வர்றவங்களுக்கு முதல்ல மனதைரியம் இருக்கணும்... மழை பெய்யறது இயற்கையான விஷயம்...

அதிலேயும் இப்போ வடகிழக்கு பருவ மழை நேரம்... மழையைப் பார்த்து பயப்படலாமா...?"

பத்ரிநாராயணன் சொல்லிக் கொண்டிருக்கும்போதே வேகமாய் சென்று கொண்டிருந்த வேன், மெல்ல மெல்ல வேகம் குறைந்து, பின் நின்றது.

"என்ன மாணிக்கம்...?"

"ரோட்டைப் பாருங்க சார்..."

பத்ரிநாராயணன் வேனின் முகப்பு வெளிச்சத்தில் சாலையைப் பார்த்தார். ஒரு பெரிய மரம் சாய்ந்து விழுந்திருந்தது.

வேனுக்குள் கனத்த நிசப்தம். வெளியே மழை 'சோ'வென்று கொட்டிக் கொண்டிருந்தது. அவ்வப்போது இடியோசை.

சில வினாடி மௌனத்துக்கு பிறகு பத்ரிநாராயணன் பின்பக்கம் திரும்பிப் பார்த்து, குரல் கொடுத்தார்.

"வருண்..."

"சார்..."

"என்னோட சூட்கேஸை திறந்து மழைக்கோட்டையும், டார்ச்சையும் எடு..."

"எதுக்கு சார்...?"

"எடு சொல்றேன்."

வருண் அவருடைய சூட்கேஸை திறந்து மழைக்கோட்டையும், டார்ச்சையும் எடுத்து கொடுத்தான்.

மழைக்கோட்டை அணிந்துகொண்ட பத்ரிநாராயணன், வேனிலிருந்து இறங்கி டார்ச் லைட்டை உயிர்ப்பித்துக்கொண்டு கொட்டும் மழையைப் பொருட்படுத்தாமல் மரம் விழுந்துகிடந்த இடத்தை நோக்கிப் போனார்.

ஒரு ஐந்து நிமிடநேரம் டார்ச் லைட்டோடு அலைந்து சுற்றும்முற்றும் பார்த்துவிட்டு, வேனுக்கு வந்து உள்ளே ஏறி உட்கார்ந்தார்.

"மாணிக்கம்..."

"சார்..."

"இடதுபக்கம் ஒரு கிளைப்பாதை தெரியுது... அந்த பக்கமா வேனை ஓட்டு."

"சார்! அது சரியான வழிதானா...?"

"போய்ப் பார்க்கலாம்... வழி இல்லைன்னா திரும்பி வந்துடலாம்..."

"சார்..."

"என்ன...?"

"வழியே சரியா தெரியாமபோறது சரியில்ல..."

"இப்ப நீ வண்டியை எடுக்கப் போறியா... இல்லை நான் எடுக்கட்டுமா...?" பத்ரிநாராயணன் கோபத்தில் சத்தம் போட்டதும், மாணிக்கம் வேறு வழியில்லாமல் வேனை அந்தக் கிளைப்பாதையில் திருப்பினான்.

மழையின் வேகம் அதிகரித்தது.


**தி**ல்லைராஜனின் வலதுகால் பெருவிரல் மட்டும் நீலநிறமாக இருப்பதைப் பார்த்துவிட்டு, டாக்டர்கள் பெருமாளும் கீர்த்திவாசனும் வியப்போடு அந்த விரலை தொட்டுப் பார்த்தார்கள். ஏதோ ஒரு கல்லைத் தொட்ட மாதிரி கடினமாய் இருந்தது.

பிரதிபாவும், சிவசங்கரும் கலவர முகங்களோடு டாக்டர்களை ஏறிட்டார்கள்.

"அப்பாவோட விரல் மட்டும் எப்படி டாக்டர் நீலநிறமாய்

மாறியிருக்கு...?"

"புரியலையே...!"

இன்ஸ்பெக்டர் பன்னீர்செல்வம் குறுக்கிட்டார்.

"அது எப்படின்னு எனக்குத் தெரியும் டாக்டர்..."

எல்லோருடைய பார்வையும் பன்னீர்செல்வம் மேல் நிலைத்தது.

பெருமாள் கேட்டார். "சொல்லுங்க...?"

"டாக்டர்... நான் ஆரம்பத்திலிருந்தே இது ஒரு கொலைமுயற்சின்னு சொல்லிட்டு வர்றேன்... அது உண்மைதான்னு சொல்றமாதிரி ஒவ்வொரு சம்பவமும் நடந்துட்டு வருது... தில்லைராஜனோட வலதுகால் பெருவிரல் நீலநிறமாய் இருக்கறதுக்கு காரணம் அவரோட உடம்புல விஷம் கலந்துருக்கு... அதாவது யாரோ அவருக்கு விஷம் கொடுத்து கொலை பண்ண முயற்சி செஞ்சிருக்காங்க...!"

"அப்பட்டமான பொய் இன்ஸ்பெக்டர்...! தில்லைராஜனை நாங்க முழுமைய்யா சோதனை பண்ணிப் பார்த்துட்டோம். அவருக்கு ரத்தம் தர்றதுக்காக அவருடைய ரத்தத்தை சோதனை செஞ்சப்ப அதுல எந்த விஷக்கலப்பும் இல்லை... அப்படி விஷம் இருந்திருந்தால் அதனுடைய அறிகுறிகள் அவரோட உதட்டிலும் கண்ணிலும் தெரியும்."

"அப்படீன்னா இந்த பெருவிரல் நீலநிறமானது எதனால...?"

"இனிமேலதான் பரிசோதனை பண்ணிப் பார்க்கணும்..."

பன்னீர்செல்வம் சின்னதாய் புன்னகைத்தார்.

"டாக்டர்! உடம்புலே விஷம் கலக்காம இப்படியொரு நீலநிறம் சாத்தியமே கிடையாது... இப்ப சோதனை பண்ணி பாருங்க... விஷம் கலந்திருக்கறதை நீங்களே ஒத்துக்குவீங்க...!"

"சரி... இப்பவே பார்த்துடலாம்" சொன்ன டாக்டர் கீர்த்திவாசன் இண்டர்காமில் ஹாஸ்பிடல் ஆய்வுக்கூட ஊழியர்களுக்கு தகவல் அனுப்பி வரவழைத்து, தில்லைராஜனின் ரத்தத்தை எடுத்து, பரிசோதனைக்கு கொடுத்து அனுப்பினார்.

"பத்து நிமிஷத்துக்குள் சோதனையின் முடிவு கிடைத்துவிடும்." கீர்த்திவாசன் சொல்லிவிட்டுக் காத்திருக்க, சரியாய் பத்தாவது நிமிடம் இண்டர்காமில் தகவல் வந்தது.

"தில்லைராஜனோட உடம்புல விஷம் எதுவும் இல்லை."

"இப்ப என்ன சொல்றீங்க இன்ஸ்பெக்டர்...?"

"இப்பவும் என்னோட கருத்தில் எந்த மாற்றமும் இல்லை... டாக்டர். குற்றவாளிகள் சில நேரங்களில் அதிபுத்திசாலியாய் இருக்கறாங்க. இதனால உண்மைகள் வெளிவர கொஞ்சம் தாமதாகும். உங்களுக்கு ஒரு விஷயம் தெரியுமா டாக்டர்...? 'அகோனைட்'ங்கிற விஷம் மிகவும் கொடுமையானது. இந்த விஷத்தை ஒரு நபருக்குக் கொடுத்தா அவன் சில நிமிஷங்களில் இறந்து போயிடுவான். அவனுடைய உடலை பரிசோதனை செஞ்சுப் பார்த்தா விஷம் கொடுக்கப்பட்டதற்கான அறிகுறியே இருக்காது. இந்த விஷத்தை ஆங்கிலத்தில் 'ஸ்டெப்மதர் பாய்ஸன்'னு சொல்லுவங்க..."

இன்ஸ்பெக்டர் சொல்ல, பக்கத்தில் நின்று கொண்டிருந்த சிவசங்கர் கோபமாய் அவரைப் பார்த்து படபடத்தான்.

"இன்ஸ்பெக்டர்! பெத்த அப்பாவை கொலை செய்யக்கூடிய அளவுக்கு நாங்க பாவிங்க கிடையாது. யாரோ போனில் உளறிக் கொட்டினதை பெரிசா எடுத்துக்கிட்டு எங்களை வார்த்தைகளால் குத்திக் கிழிச்சிட்டிருக்கீங்க. எங்க அப்பாவுக்கு ஒரு தலைவலி, காய்ச்சல்னு வந்தாலே நாங்க மூணு பேரும் துடிச்சுப்போயிடுவோம். அப்பேர்ப்பட்ட எங்களைப் பார்த்து நீங்க சந்தேகப்படறது எந்த வகையில நியாயம்...?"

"நல்லவங்களாய் இருக்கிறவங்க மனசுலகூட க்ரைம் உணர்ச்சி இருக்கும். அது எந்த நேரத்தில் எப்படி வெடிக்கும்னு அவங்களுக்கே தெரியாது. மகனை கொலை செய்ற அப்பாவையும், அப்பாவை கொலை செய்ற மகனையும் என் போலீஸ் வாழ்க்கையில பார்த்திருக்கேன். அந்த மாதிரி ..."

"வேண்டாம் இன்ஸ்பெக்டர்... இதுக்குமேல நீங்க எதுவும் பேச வேண்டாம்... நீங்க நினைக்கிறமாதிரி அப்பாவை நாங்க எதுவும் பண்ணிடலை..."

"அந்த நம்பிக்கை எனக்கு வர வேண்டாமா...?"

"சரி... நாங்க குற்றவாளிங்க இல்லைனு எப்படி நிரூபிக்கணும்னு எதிர்பார்க்கிறீங்க...?"

"என் விசாரணைக்கு நீங்க ஒத்துழைப்பு தரணும். உங்க அப்பாவோட அறையை சோதனை போட என்னை அனுமதிக்கணும்."

"அவ்வளவுதானே...? இப்பவே கிளம்புங்க. எங்க அப்பாவோட அறையை மட்டும் இல்ல... எங்க பங்களாவையே வேணும்னாலும் சோதனை போடுங்க... நீங்க கேக்கிற எல்லா கேள்விகளுக்கும் பதில் சொல்றோம்..."

"இப்படியொரு வார்த்தைக்காகத்தான் நான் காத்துட்டிருந்தேன். வாங்க புறப்படலாம்..."

இன்ஸ்பெக்டர் பன்னீர்செல்வம் தன் கையில் இருந்த தொப்பியை தலைக்குக் கொடுத்தார்.

"அப்பாவோட அறை இதுதான் இன்ஸ்பெக்டர்...!"

சிவசங்கர் சொல்லிக்கொண்டே சாத்தியிருந்த அந்த அறையைத் திறந்து விட்டான்.

இன்ஸ்பெக்டர் பன்னீர்செல்வம் உள்ளே நுழைந்தார்.

பெரிய அறை. கண்ணாடி அலமாரியில் புத்தகங்கள் ஒழுங்காய் அடுக்கி வைக்கப்பட்டிருந்தன. குளிர்சாதனம் மெல்லிய உறுமலோடு இயங்கிக் கொண்டிருந்தது.

மேஜை, டீபாய் எல்லாமே துடைத்து வைத்தமாதிரி சுத்தமாய் இருந்தன.

"சிவசங்கர்! வீட்டுல எத்தனை வேலைக்காரங்க...?"

"அஞ்சு பேர் சார்"

"அவங்க எங்கே தங்குவாங்க...?"

"அவுட்ஹவுஸில்..."

"அப்பாவுக்கு குடிப்பழக்கம் இருந்ததா?"

"இல்லை. ஏதாவது பார்ட்டில கலந்துக்கிட்டார்னா மட்டும் கொஞ்சமாய் குடிப்பார்..."

கேள்விகளைக் கேட்டுக்கொண்டே அறையைச் சுற்றி வந்த இன்ஸ்பெக்டரின் பார்வை, கட்டிலுக்குக் கீழேகிடந்த பால்பாயிண்ட் பேனாவின்மேல் நிலைத்தது.

பேனாவை எடுத்தார். ரீஃபிளின் முனை வெளியே நீட்டிக் கொண்டிருந்தது.

"அப்பாவுக்கு டைரி எழுதும் பழக்கம் உண்டா சிவசங்கர்...?"

"ம்... எழுதுவார்."

"அவரோட டைரி எங்கே...?"

"அதோ! டெலிபோனுக்கு பக்கத்துல..."

இன்ஸ்பெக்டர் டெலிபோனுக்கு பக்கத்தில் இருந்த அந்த டைரியை எடுத்தார். திகைத்தார்.

டைரிக்கு கீழே நான்காய் மடித்து வைக்கப்பட்ட ஒரு கடிதம்.

கடிதத்தைப் பிரித்தார். தில்லைராஜனின் கையெழுத்தில் நான்கே வரிகள்.

காவல்துறைக்கு,

என் மரணத்தை விஷம் அருந்தி நானே தேடிக்கொள்கிறேன். என் தற்கொலைக்கு யாரும் காரணமில்லை. யாரையும் காரணமாக்கி துன்புறுத்த வேண்டாம். வாழ்ந்தது போதும் என்ற நிறைவோடு என் வாழ்க்கையை முடித்துக் கொள்கிறேன்.

இப்படிக்கு,

தில்லைராஜன்.

உதவி போலீஸ் கமிஷனர் பரிமளநாதன், இன்ஸ்பெக்டர் பன்னீர்செல்வம் நீட்டிய அந்தக் கடிதத்தைப் பார்த்துவிட்டு, தனக்கு முன்பாய் உட்கார்ந்திருந்த பிரதிபா, சிவசங்கர், நவநீதன் மூன்று பேரையும் ஏறிட்டார்.

"உங்க அப்பா தில்லைராஜன் தற்கொலை பண்ணிக்கிற எண்ணத்தோட இந்தக் கடிதத்தை எழுதியிருக்கார். தற்கொலை செய்துக்கிற அளவுக்கு அவருக்கு என்ன கஷ்டம்...?"

"மன்னிக்கணும் சார்.... எங்க அப்பாவைப் பத்தி எங்களுக்கு நல்லா தெரியும். தற்கொலை செஞ்சுக்கிற அளவுக்கு அவர் கோழை கிடையாது..." பிரதிபா கோபக்குரலில் சொன்னாள்.

"அப்படீன்னா, இந்த தற்கொலைக் கடிதம் அவர் எழுதின கடிதம் இல்லைன்னு சொல்ல வர்றீங்களா...?"

"ஆமா..."

"கடிதத்துல இருக்கிற கையெழுத்து அவரோடதுதான்னு சொன்னீங்களே...?"

"அவரோட கையெழுத்துமாதிரி இருக்குன்னுதான் சொன்னோமே தவிர, அவர் எழுதி இருப்பார்னு சொல்லலையே...!"

"நீங்க சொல்றதைப் பார்த்தா வேறயாரோ உங்கப்பா எழுதுன

மாதிரியே கடிதம் எழுதி வைச்சுட்டு, அவரை கொலைபண்ண முயற்சி செஞ்சி இருப்பாங்கன்னு நினைக்கத் தோணுதே...!"

"அதுதான் சார் உண்மை...!"

"அப்டீன்னா அவரைக் கொலை செய்ய முயற்சி நடந்திருக்கு...!"

"ஆமாம்..."

"இதைத்தான்... இன்ஸ்பெக்டர் பன்னீர்செல்வத்துக்கு ஒருத்தன் போன் பண்ணி, தில்லைராஜன் மாடிப்படிகளிலிருந்து கால் தவறி கீழே விழலை... அவரை யாரோ தள்ளிவிட்டு கொலை செய்ய முயற்சி நடந்ததா சொல்லி இருக்கான்... ஆனா அப்பா மாடியிலிருந்து கீழே இறங்கும்போது கால் பிசகி கீழேஉருண்டதாய் உங்க அண்ணன் சிவசங்கர் சொல்றார். இதில் எது உண்மை...?"

அதுவரைக்கும் ஒன்றும் பேசாமல் இருந்த நவநீதன், தன் தொண்டையை மெல்லக் கனைத்தபடி உதவி போலீஸ் கமிஷனரிடம் நிமிர்ந்தான்.

"சார்...! சம்பவம் நடந்தப்ப நான் டெல்லியில இருந்தேன். நேத்து ராத்திரி ஒன்பது மணி சுமாருக்கு நான் டெல்லியிலிருந்து, அப்பாவுக்கு போன்பண்ணி தொழில் சம்பந்தமாய் அரைமணி நேரம் பேசிட்டிருந்தேன்... அந்த அரைமணி நேரமும் அவர் மகிழ்ச்சியான மனநிலையிலதான் பேசிட்டிருந்தார். தற்கொலை செய்கிற மனநிலையில் இருக்கிற ஒரு நபர் அப்படி பேசுவாரா என்ன...? ஆனா... இந்தக் கடிதத்தில் உள்ள கையெழுத்து அப்பா எப்படி எழுதுவாரோ அதேமாதிரிதான் இருக்கு..."

உதவி போலீஸ் கமிஷனர் பரிமளநாதன் தன் கையில் வைத்திருந்த அந்த தற்கொலைக் கடிதத்தை பிரித்து மீண்டும் ஒரு தடவை வாய்விட்டுப் படித்தார்.

சிவசங்கர் குறுக்கிட்டு சொன்னான்.

"சார்! இதுல இருக்கிற வாசகப்படி எங்க அப்பா விஷம் குடிச்சிருந்தா டாக்டர்கள் அவரோட உடம்பை பரிசோதிச்சுப் பாத்தப்ப விஷம் குடிச்சதுக்கான அறிகுறிகள் தென்பட்டிருக்கணும்...ஆனா அப்பாவோட வலதுபெருவிரல் மட்டும் நீலநிறமாய் மாறியிருக்கு. ஆனா அந்த விஷத்தோட அறிகுறி உடம்புல இல்லைன்னு டாக்டர்கள் சொல்லிட்டாங்க... இதிலிருந்து அப்பா விஷம் எதுவும் சாப்பிடலைன்னு தெரியுதே...!"

"பின்னே எப்படி அந்த நீலநிறம்...?"

"டாக்டர்களுக்கே விடை தெரியாத கேள்வி அது. ஆனா... டாக்டர் கீர்த்திவாசன் மட்டும் ஒரு கருத்தைச் சொன்னார்."

"என்ன...?"

"மாடிப்படிகளிலிருந்து அப்பா கீழே உருண்டப்ப, வலதுகால் பெருவிரல் ஊமைக்காயம்பட்டு அந்த இடத்தில் ரத்தக்குழாய்கள் வீங்கிப்போய், நீலநிறம் உண்டாகி இருக்கலாம்னு சொன்னார். இதை எங்க குடும்ப டாக்டர் பெருமாளும் ஏத்துக்கிட்டார்..."

பரிமளநாதன் புன்னகை பூத்தார்.

"சரி! டாக்டர் சொன்ன கருத்து ஒருவேளை உண்மையாய் இருக்கலாம். ஆனா, உங்கப்பா எழுதிக்காட்டின அந்த 'நீலநிலா'ங்கிற வார்த்தைக்கு என்ன அர்த்தம்னு டாக்டர்கிட்டே கேட்டிருக்க வேண்டியதுதானே...?"

நவநீதன், சிவசங்கர், பிரதிபா மூன்று பேரும் மௌனம் சாதிக்க, பரிமளநாதன் தொடர்ந்தார்.

"உங்கப்பா தில்லைராஜன் எழுதிக் காட்டின 'நீலநிலா'ங்கிற வார்த்தைக்கும், அவரது வலதுகால் பெருவிரல் நீலநிறமாய் மாறினதுக்கும் ஏதோ ஒரு தொடர்பு இருக்கு...! அதைக் கண்டுபிடிச்சாதான் எல்லா உண்மைகளும் வெளியே வரும்..."

உதவி போலீஸ் கமிஷனர் பேசிக் கொண்டிருக்கும்போதே,

சிவசங்கரின் செல்போன், மணியோசையை வெளியிட்டுக் கூப்பிட்டது.

எடுத்து காதுக்குத் தந்தான். மறுமுனையில், டாக்டர் கீர்த்திவாசன் கொஞ்சம் பதற்றமாய் பேசினார்.

"சிவசங்கர்! நீங்க இப்போ எங்க இருக்கீங்க...?"

"போலீஸ் கமிஷனர் ஆஃபீஸ்ல."

"நீங்க உடனே புறப்பட்டு ஆஸ்பத்திரிக்கு வாங்க. உங்க அண்ணன் டெல்லியிலிருந்து வந்துட்டாரா...?"

"வந்துட்டார்..."

"அவரையும் அழைச்சுட்டு வாங்க..."

"என்ன விஷயம் டாக்டர்...?"

"அது... அது வந்து... நேரில் வாங்க... சொல்றேன்..."

"எதுவா இருந்தாலும் பரவாயில்லை டாக்டர்... விஷயம் என்னன்னு போனிலேயே சொல்லுங்க..."

மருத்துவரிடம் சிலவினாடி தயக்கம். பின் மெல்லிய குரலில் பேசினார்.

"சிவசங்கர்...! நான் இப்போ சொல்லப்போறதைக் கேட்டு நீங்க அதிர்ச்சி ஆகிடக்கூடாது. உங்க அப்பாவுக்கு வலதுகால் பெருவிரல் நீலநிறமாய் இருந்ததில்லையா...?"

"ஆமா..."

"அந்த நீலநிறம் இப்ப கொஞ்சம் கொஞ்சமா பரவி... மேலேறி..."

"மேலேறி...?"

"அவரோட கணுக்கால் வரைக்கும் வந்திருக்கு...!"


**மை**ய்கிற பேய்மழையில் காட்டுக்குள் கொட்டிக்கிடந்த இருட்டை கழுவிக்கொண்டு வேன் பிரகாசமான முகப்பு

விளக்குகளோடு விரைந்தது. வேனுக்குள் உட்கார்ந்திருந்த மேகலா, பொன்மணி, ரமா, வருண், சபா, சுந்தர் ஆகியோர் பீதி நிறைந்த முகங்களோடு ஒருவரை ஒருவர் பார்த்துக் கொண்டார்கள்.

மேகலா தனக்குப் பக்கத்தில் உட்கார்ந்திருந்த ரமாவின் கையை பயத்தோடு பற்றிக்கொண்டாள்.

வேனின் முன்பக்கம் டிரைவருக்குப் பக்கத்தில் உட்கார்ந்திருந்த பத்ரிநாராயணனுக்கு கேட்டுவிடாமல் "ரமா..." என்று மெல்ல கிசுகிசுத்தாள்.

"ம்..."

"நாம காணாதது கண்டான் கோட்டைக்கு போய் சேர்றதுக்குள்ளே நாமளே காணாமே போயிடுவோம் போலிருக்கு...!"

"இப்படியொரு மழையை என் வாழ்நாள்ல பார்த்தது இல்லப்பா...!"

"அங்கேப் பாரு... இடி விழுந்து ஒரு பெரிய மரம் சொக்கப்பனையாட்டம் எரியறதை...!"

"பேசாமே காலையில புறப்பட்டு வந்திருக்கலாம். பெரிசுக்கு ஏன்தான் இந்த வீம்போ...?"

"மெல்ல பேசு.. பெரியவர் காதுல விழுந்துடப் போகுது. ஏற்கனவே வாங்கிக்கட்டிக்கிட்டது போதாதா...?"

பேசிக் கொண்டிருக்கும்போதே வேகமாய் போய்க் கொண்டிருந்த வேன் 'த்த்ட்'டென்று எதன் மீதோ மோதி, பலமாய் குலுங்கி நின்றது.

"என்ன மாணிக்கம்...?"

"ஒரு பெரிய கல்லு சார்..."

"இறங்கிப் பாரு..."

பத்ரிநாராயணன் குடையை எடுத்துக்கொடுக்க, மாணிக்கம் அதை வாங்கிக்கொண்டு கீழே இறங்கி, வேனின் முகப்பு வெளிச்சத்தில் பார்த்துவிட்டு வந்தான்.

"சார்…"

"என்ன..?"

"அது ஒரு எச்சரிக்கை கல்லு சார்…"

"எச்சரிக்கை கல்லா…?"

"ஆமா சார்… கல்லுமேல சிவப்பு பெயிண்ட்டில் 'சாலை பழுதுபட்டுள்ளது. கவனமாக பயணம் செய்யவும். இப்படிக்கு வனத்துறை'ன்னு எழுதி இருக்கு சார்…"

"அப்படீன்னா… விடியறவரைக்கும் வேனிலேயே இருக்க வேண்டியதுதானா…?"

"வேற வழியில்லை சார்… வனத்துறையே இப்படியொரு அறிவிப்பு பண்ணி இருக்காங்கன்னா, ரோடு நிச்சயமா ரொம்ப மோசமாத்தான் இருக்கும்…"

பத்ரிநாராயணன் வேனின் பின்பக்கம் திரும்பி, ஆறு பேர்களையும் பார்த்தார்.

"என்ன பண்ணலாம்… சொல்லுங்க…?"

சபா சொன்னான். "விடியறவரைக்கும் வேனிலேயே இருந்துட்டு, காலையில நல்ல வெளிச்சம் வந்ததும் புறப்பட்டு போலாம் சார்… மழை பெய்யற இந்த நேரத்துல ரிஸ்க் எடுத்து பயணம் பண்ணுரது சரியில்ல சார்…"

"மணி என்ன…?"

"பதினொன்னு பத்து சார்…"

"சரி… வேனுக்குள்ளேயே எல்லாரும் தூக்கம் போடுங்க…!"

"மாணிக்கம்…!"

"சார்…"

"வேன் விளக்குகளை அணைச்சுடு..."

மாணிக்கம் அணைத்தான்.

அதுவரைக்கும் பரவியிருந்த வெளிச்சம் சட்டென்று காணாமல்போக வேன் இருட்டுக்குள் மூழ்கியது.

வேனின் உட்புறத்தில் இருந்த ஒரு சிறிய பல்பு மட்டும் ஒளிர்ந்தது. எல்லோரும் வேனுக்குள்ளேயே சாய்ந்து உட்கார்ந்து கண்களை மூடினார்கள்.

வேனுக்கு வெளியே மழை 'சோ'வென்ற ராகத்தோடு பெய்து கொண்டிருக்க, பயணம் செய்த களைப்பில் எல்லோரையும் தூக்கம் உடனே ஆட்கொண்டது.

எவ்வளவு நேரம்...? தெரியவில்லை.

மேகலாவுக்கு திடும்மென்று விழிப்பு ஏற்பட்டது. சாய்வாக படுத்திருந்தவள் நிமிர்ந்து உட்கார்ந்தாள்.

வெளியே மழை நின்றிருந்தது.

மேகங்கள் கலைந்து போயிருக்க, அடிவானத்தில் நட்சத்திரங்கள் பிரகாசமாய் ஒளிர்ந்தன.

நட்சத்திர வெளிச்சத்தில் மரங்கள் கும்பல் கும்பலாய் தெரிந்தன.

மேகலா, வேனுக்குள் சுற்றும்முற்றும் பார்த்தாள்.

எல்லோரும் கோணல்மாணலாய் உட்கார்ந்து, லேசாய் வாய் பிளந்து மெல்லிய குறட்டைச்சத்தத்துடன் தூங்கிக் கொண்டிருந்தார்கள்.

வேனின் கண்ணாடி ஜன்னலில் முட்டுக்கொடுத்து தூக்கத்தில் ஆழ்ந்திருந்த ரமாவைத் தொட்டாள் மேகலா.

"ரமா..."

"................"

"ரமா..."

அவள் தூக்கக் கலக்கத்தில் 'ம்' என்றாள்.

"எனக்கு அவசரமா நேச்சர் கால்ஸ்

போகணும்... கொஞ்சம் துணைக்கு வர்றியா...? மழை சுத்தமா நின்னாச்சு..."

"................"

"ஏய்... உன்னைத்தாண்டி.... ரமா..."

ரமா தூக்கத்திலிருந்து விடுபடுகிற மாதிரி தெரியவில்லை. "ம்... ம்..." என்று முனகிக்கொண்டே வேனின் ஜன்னலோரம் மரவட்டைமாதிரி சுருண்டு படுத்துக்கொண்டாள்.

'வேறு யாரையாவது எழுப்பலாமா...?'

பொன்மணியை எழுப்பிப் பார்த்தாள்.

அவள் அசையக்கூட இல்லை.

'யாரையும் சிரமப்படுத்த வேண்டாம். நாமே போய்ட்டு வந்துடலாம்!' மேகலா முடிவுக்கு வந்தவளாய் வேனின் கைப்படியைத் திருகினாள். "கிளிக்"

வேனின் கதவு திறந்தது.

வெளியே எட்டிப் பார்த்தாள். நட்சத்திரங்களின் மெல்லிய வெளிச்சத்தில் காடு நிசப்தமாய் இருந்தது.

திகிலோடு கீழே இறங்கினாள் மேகலா.

**மே**கலா, வேன் கதவைத் திறந்துகொண்டு கீழேறங்க, அந்தக் காட்டுப்பகுதியில் வீசிக்கொண்டிருந்த குளிர்காற்று அவளுடைய முகத்தில் மென்மையாக மோதியது.

இறங்கி நின்றாள். காட்டின் எல்லா திசைகளிலும், கறுப்பு காகிதத்தை ஒட்டிவைத்தது மாதிரி இருட்டு.

அண்ணாந்து பார்த்தாள். வானம் முழுவதும் குழந்தைகள் கிழித்துப்போட்ட வெள்ளை காகிதத்துணுக்குகளாய் நட்சத்திரங்கள்.

'எந்தப் பக்கம் போவது?' பயமாய் யோசித்தபடியே சுற்றும்முற்றும் பார்த்தாள் மேகலா.

மரங்களின் கிளைகள், காற்றின் வேகத்துக்கு தகுந்தபடி மெல்ல அசைய, இரவின் நிசப்தத்தை கிழித்துப் பார்ப்பதுபோல் சில்வண்டுகளும், திருகுப்பூச்சிகளும் 'நொய்ங் நொய்ங்' என்று கிறீச்சிட்டன.

மேகலா துணிச்சலை வரவழைத்துக்கொண்டு, வேனுக்கு இடப்பக்கமாய் இருட்டில் மசமசப்பாய் தெரிந்த ஒரு பாறையின் மறைவை, நோக்கிப் போனாள்.

பத்தடி எடுத்து வைத்திருப்பாள். அவளுக்கு பின்பக்கம் அந்தச் சத்தம் கேட்டது.

மழையில் ஈரமான காய்ந்த இலைச்சருகுகள்மீது யாரோ நடந்து வரும் சத்தம். "சர்ர்க்... சர்ர்க்..."

தண்டுவடம் பனிக்கட்டியாய் மாற... மேகலா அதிர்ந்துபோய் திரும்பிப் பார்த்தாள்.

யாரும் பார்வைக்குக் கிடைக்காமல் போகவே இரண்டு நிமிடம் வரை அப்படியே நின்றுகொண்டு, சுற்றும்முற்றும் பார்த்தாள்.

இருட்டில் எந்த அசைவும் இல்லை. 'நடைச் சத்தம் கேட்டது. நிஜமா... இல்லை பிரமையா?'

'நிஜம்தான்!'

'தெளிவாய்க் கேட்டதே...!'

மேகலா, இருட்டில் நின்று குழப்பமாய் யோசித்துக் கொண்டிருக்கும்போதே மீண்டும் லேசாய் அந்தச் சத்தம் கேட்டது.

'சர்ர்க்'

மேகலா ஜாக்கிரதையானாள்.

'யாரோ வருகிறார்கள்...?'

'யார்...?'

வியர்த்து வழிந்துகொண்டு பார்வையை எல்லா பக்கமும் துரத்தினாள். 'நடைச்சத்தம் எந்த திசையிலிருந்து வருகிறது...?'

பிடிபடவில்லை.

'வலப்பக்கமா...? இடப்பக்கமா...?'

'சர்ர்க்... சர்ர்க்...'

அதுவரைக்கும் தைரியமாய் இருந்த மேகலா பயத்தில் ரத்தம் உறைந்து போனவளாய் வேலை நோக்கி ஓடிவந்தாள்.

கதவை படீரென திறந்தபடி பத்ரிநாராயணனைப் பார்த்து உரக்கக் குரல் கொடுத்தாள்.

"ச... ச... சார்.... சார்..."

நல்ல தூக்கத்தில் இருந்த பத்ரிநாராயணன் திடுக்கிட்டுப் போய் எழுந்துகொள்ள, மற்றவர்களும் எழுந்து கொண்டார்கள்.

"என்ன மேகலா...?"

"யா... யா... யாரோ இந்தப் பக்கம் வர்றாங்க சார்..."

"யாரு?"

"தெரியலை சார்..."

"நீ எதுக்காக இப்போ வேனைவிட்டு கீழே இறங்கினே...?"

"அது... அது... வந்து..." ஒற்றை விரலைக் காட்டினாள்.

"சரி... சரி..." என்று கையமர்த்திய பத்ரிநாராயணன், தன் காலுக்கு கீழே வைத்திருந்த பெரிய டார்ச்சையும், துப்பாக்கியையும் எடுத்துக்கொண்டு வேனிலிருந்து குதித்தார்.

"சுந்தர்..."

"சார்..."

"நீ என்கூட வா... மத்தவங்க எல்லாம் வேனிலேயே இருங்க... கையில ஏதாவது ஒரு ஆயுதம் இருக்கட்டும். யாராவது உங்களைத் தாக்க வந்தா யோசனையே பண்ணாதீங்க. போட்டுத் தள்ளுங்க... ம்... மேகலா..."

"சார்..."

"சத்தம் எந்தப் பக்கமிருந்து வந்தது...?"

மேகலா இருட்டில் ஒரு திசையைக் காட்டினாள்.

பத்ரிநாராயணின் கையில் இருந்த டார்ச், அந்தப் பக்கமாய் வெளிச்சத்தை வீசியது.

அவர் நடக்க ஆரம்பித்துவிட சுந்தர் தொடர்ந்தான்.

டார்ச் வெளிச்சம் குற்றுச்செடிகளின் மீது விழுந்து, இருட்டைக் கழுவியது.

ஐம்பதடி தூரம் நடந்ததும், சுந்தர் சொன்னான்.

"சார்... இந்தப்பக்கம் ஒரு பாறை இருக்கு... டார்ச்சை என்கிட்டே கொடுங்க."

கொடுத்தார்.

சுந்தர், டார்ச்சை வாங்கிக்கொண்டு பாறையை நோக்கிப்போக, அந்த 'சர்ர்க்' சத்தம் அவனுக்கு இடப்பக்கமாய் கேட்டது.

சட்டென்று திரும்பிப் பார்த்தான்.

டார்ச்சும் அந்தப் பக்கமாய் திரும்ப... ஒரேஒரு வினாடி அந்தப் பரட்டைத்தலை முகம், தாடி மீசையோடு தெரிந்தது.

"டேய்ய்ய்... யாருடா நீ...?"

சுந்தர் பெரிய குரலில் கத்தியதும், மரத்துக்கு பின்னால் ஒண்டிக்கொண்டு நின்றிருந்த அந்த உருவம், கீழேயிருந்த ஒரு சின்னப்பள்ளத்தில் குதித்து குற்றுச்செடிகளை தபதபவென்று மிதித்தபடி ஓட ஆரம்பித்தது.

"சார்... அவனை துப்பாக்கியால் சுடுங்க."

பத்ரிநாராயணன் துப்பாக்கியை உயர்த்தி குறி பார்ப்பதற்குள், அவன் மின்னல் வேகத்தில் இருட்டில் கலந்து வேகமாய் ஓட தொடங்கினான்.

இருவரும் அவனைத் துரத்தினார்கள். டார்ச்சின் வெளிச்ச வட்டம், வழிகாட்ட, குற்றுச்செடிகளை கடந்து ஓடினார்கள்.

"சுந்தர்..." பத்ரிநாராயணன் கூப்பிட்டார்.

"சார்..."

"அவனை விடக்கூடாது... அவனை காலில் சுட்டு உயிரோடு பிடிக்கணும்."

"சார்... இந்த இருட்டுல அவனை குறி பார்த்து சுடமுடியுமா...?"

"என்னால் முடியும். அவன் என் பார்வைக்குக் கிடைச்சா போதும். சுட்டுத் தள்ளிடுவேன். நீ ஓடிக்கிட்டே டார்ச்சை பரவலா அடி."

சுந்தரின் கையிலிருந்த சக்தி வாய்ந்த டார்ச் நூறு அடி தூரத்துக்கு வெளிச்சத்தை அனுப்பி, எதிரிலிருந்த இருட்டை துடைத்து காண்பிக்க, பார்வைக்கு எட்டிய தூரம் வரை இரண்டடி உயரத்திற்கு வளர்ந்திருந்த கோரைப்புற்களை மிதித்துக்கொண்டு மூச்சிரைக்க ஓடினார்கள்.

ஒரு ஐந்து நிமிட நேரம் ஓடி இருப்பார்கள்.

முன்னால் ஓடிய சுந்தர் சட்டென்று பிரேக் போட்டமாதிரி நின்றான்.

"என்ன சுந்தர்...?"

"கீழே ஒரு பெரிய பள்ளம் சார்..."

சுந்தர் சொல்ல... பத்ரிநாராயணன் வியர்த்து வழிந்துகொண்டே குனிந்து பார்த்தார்.

இருட்டில் ஒரு மெகா பள்ளம் தெரிந்தது.

அதன் கீழே சலசலவென்று சத்தம். டார்ச் அடித்து பார்த்தபோது நீரோடை ஒன்று பாய்ந்து கொண்டிருந்தது.

"சார்... மேற்கொண்டு போக வழியில்லை. நமக்கு முன்னால ஓடி வந்தவன் எந்தப்பக்கம் போனான்னு தெரியல... நாம பேசாம வேனுக்குத் திரும்பிடறது நல்லது..."

"சுந்தர்! ஓடி வந்தவன் இந்தப் பள்ளத்துக்குள்ளேதான் இறங்கி இருக்கணும். நாமும் இறங்கலாம்."

"ச... ச... சார்..."

"ஏன் பயப்படறே சுந்தர்...? என் கையில துப்பாக்கி இருக்கு. உன் கையில தடி இருக்கு. தைரியமா பள்ளத்துக்குள்ளே இறங்கலாம்..."

"ச... சார்... இது விஷப்பரீட்சை...! பள்ளத்துக்குள்ளே அவன் ஒளிஞ்சிருந்து திடீர்னு நம்மைத் தாக்கக்கூடும். அவன் கையில ஆயுதம்கூட இருக்கலாம். எதுக்கும் நாம யோசனை பண்ணி..."

"உனக்குப் பயமா இருந்தா நான் மொதல்ல இறங்குறேன்... நான் கீழேயிருந்து குரல் கொடுத்ததும் நீ வா... அந்த டார்ச்சை என் கையில கொடு" சொன்ன பத்ரிநாராயணன் ஒரு கையில் டார்ச்சும், இன்னொரு கையில் துப்பாக்கியுமாய், ஏதோ குகையின் வாயையைப்போல் இருந்த பள்ளத்துக்குள் எச்சரிக்கையாய் இறங்க ஆரம்பித்தார்.


**சென்னை** ஹாஸ்பிடல்.

டாக்டர்கள் கீர்த்திவாசன், பெருமாள், உதவி போலீஸ் கமிஷனர் பரிமளநாதன் ஆகியோர் தில்லைராஜனின் கட்டிலைச் சுற்றி நின்றிருக்க, பிரதிபா தலைமாட்டில் நின்றுகொண்டு சேலைத்தலைப்பில் வாயைப்பொத்தி மௌனமாய் அழுது கொண்டிருந்தாள்.

பக்கத்தில் நின்றிருந்த சிவசங்கர், நவநீதன் கண்களிலும் நீர் தளும்பி பளபளத்தது.

டாக்டர் கீர்த்திவாசன், தில்லைராஜனின் வலது கணுக்காலை மறுபடியும் ஒரு தடவை பார்த்தார்.

கணுக்கால்வரைக்கும் பரவியிருந்த அந்த நீலநிறம், அவருடைய மனசுக்குள் ஒரு பயத்தைப் பாய்ச்சியது.

காலையில் பெருவிரலில் மட்டும் காணப்பட்ட இந்த நீலநிறம், இப்போது கணுக்கால் வரைக்கும் ஏறி இருக்கிறது. 'என்ன விபரீதம் இது...?'

'இன்னமும் ஏறுமா...?'

'இது விஷமா... இல்லை வேறு ஏதாவது...?'

உதவி போலீஸ் கமிஷனர் பரிமளநாதன், டாக்டர் கீர்த்திவாசனை ஏறிட்டார்.

"டாக்டர்! உடம்புக்குள் நீலநிறம் பரவினாலே அது விஷம்தானே?"

"ஆமா... நீங்க சொல்றது சரிதான். ஆனா தில்லைராஜனோட ரத்தத்தை பரிசோதனை செய்து பார்த்தப்ப ரத்தத்தில் விஷம் கலந்ததுக்கான அறிகுறியே இல்லையே...!"

"இது விஷமா... இல்லையான்னு கண்டுபிடிக்க உங்க பரிசோதனை மட்டும் போதாது."

"பின்னே...?"

"ஒரு நிபுணரை வரவழைக்கணும்."

"யாரு...?"

"உலகத்தில் இருக்கிற எல்லா விஷங்களைப் பற்றியும் விபரமாக தெரிஞ்சு வைச்சிருக்கறவர். போலீஸ் தடயவியல் துறைல பிரேம்குமார்னு ஒருத்தருக்கு இதைப் பத்தின எல்லா விபரங்களும் தெரியும். அவரை வரவழைச்சுப் பார்த்தா இந்த நீலநிறத்துக்கு காரணம் எதுன்னு தெரியும்." சொன்ன உதவி போலீஸ் கமிஷனர் பரிமளநாதன், தன் செல்போனை எடுத்து எண்களைத் தட்டினார்... பேசினார்.

"மிஸ்டர் பிரேம்குமார்... நான் ஏ.சி. பரிமளநாதன் பேசுறேன்."

"சொல்லுங்க சார்..."

"உங்களுக்கு கோவர்த்தனன் ஹாஸ்பிடல் தெரியுமா?"

"தெரியும் சார்..."

"உடனே புறப்பட்டு அங்க வாங்க. நான் ஐ.சி.யூனிட்டில் இருக்கேன்."

"என்ன சார்... ஏதாவது க்ரிடிக்கல்லா...?"

"அதேதான்! இங்க ஒருத்தருக்கு கால் பெருவிரலில் இருந்த நீலநிறம் இப்போ கணுக்கால் வரைக்கும் பரவியிருக்கு. அவருடைய ரத்தத்தை சோதனை செஞ்சப்ப ரத்தத்தில் விஷம் இல்லை. நீலநிறம் மட்டும் பரவிகிட்டிருக்கு... டாக்டர்களுக்கு பெரிய குழப்பம்."

"அவருக்கு நினைவு இருக்கா சார்...?"

"நினைவு இல்லை. நினைவு இருந்தப்ப பேச முடியல்ல. ஒரு காகிதத்தில் 'நீலநிலா'ன்னு எழுதி காட்டியிருக்கார்."

"நீலநிலாவா...?"

"ம்..."

"அப்படீன்னா...?"

"அதுவும் ஒரு குழப்பம்தான்... நீங்க மொதல்ல நேரில் வந்து பாருங்க பிரேம்குமார்."

"இதோ... நான் புறப்படறேன் சார்."

உதவி போலீஸ் கமிஷனர் பரிமளநாதன், செல்போனை அணைத்து பாக்கெட்டில் போட்டபடி, பக்கத்தில் நின்றிருந்த நவநீதனை ஏறிட்டார்.

"தடயவியல் துறையில் பிரேம்குமாருக்கு பத்து வருஷம் அனுபவம். நஞ்சு கொடுத்து கொலை செய்யப்பட்ட எத்தனையோ

பேரோட வழக்குகளை போலீசார் கண்டுபிடிச்சு, குற்றவாளிகளுக்கு தண்டனை வாங்கிக் கொடுத்ததில் அவருக்கு முக்கிய பங்கு உண்டு. இன்னும் ஒரு பத்து நிமிஷத்துக்குள்ளே பிரேம்குமார் இங்கே வந்துடுவார். உங்க அப்பாவோட கணுக்கால் வரை பரவி இருக்கிற இந்த நீலநிறத்துக்கு என்ன காரணம்ங்கறதை அவர் சொல்லிடுவார்." பேசிய பரிமளநாதன் அங்கிருந்த நாற்காலியில் சாய்ந்தார்.

காத்திருந்தார்கள்.

பத்து நிமிடம்...

இருபது நிமிடம்....

முப்பது... நாற்பது.... ஐம்பது...

ஒரு மணி நேரம்...

இரண்டு மணி நேரம்...

பிரேம்குமார் வரவேயில்லை.

தில்லைராஜனின் கணுக்கால் வரைக்கும் பரவியிருந்த 'நீலநிறம்' கூடுதலாக இன்னும் ஒரு செ.மீ அளவுக்கு பரவி எல்லோருடைய வயிற்றிலும் ஊசிகளைப் பாய்ச்சியது.

உதவி போலீஸ் கமிஷனர் பரிமளநாதன் கவலைக் கண்களோடு, டாக்டர் கீர்த்திவாசனை ஏறிட்டார்.

"விஷ தடயவியல் நிபுணர் பிரேம்குமார் எந்த ஒரு விஷயத்திலும் நேர்மையையும், ஒழுங்கையும் கடைபிடிக்கறவரு. அவர் சொன்ன நேரத்துக்கு இங்கே வரலைன்னா அவருக்கு ஏதோ ஆபத்து ஏற்பட்டிருக்குன்னு அர்த்தம்... தில்லைராஜனோட இந்த நிலைமைக்கு யார் காரணமோ அவங்கதான் பிரேம்குமாரை இங்கே வராதபடி தடுத்து இருக்கணும்..."

கீர்த்திவாசன் கவலையாய் மோவாயைத் தேய்த்தார். "இப்ப என்ன பண்ணுறது சார்...?"

"பிரேம்குமாருக்கு எந்த வகை ஆபத்து ஏற்பட்டிருக்கலாம்னு கண்டுபிடிக்கிறதுக்காக ஒரு போலீஸ்படை அமைக்கப்பட்டு, அது சிட்டியில அதிரடி வேட்டையை தொடங்கி இருக்கு... அவங்ககிட்டேயிருந்து எந்த நேரமும் தகவல் வரலாம்..."

உதவி போலீஸ் கமிஷனர் சொல்லிக் கொண்டிருக்கும்போதே அவருடைய செல்போன் அழைத்தது.

பதற்றமாய் எடுத்து காதுக்கு வைத்தார்.

"ஹலோ..."

"சார்.... கட்டுப்பாட்டு அறை. உங்களுக்கு ஒரு தகவல்..."

"சொல்லுங்க..."

"தடயவியல் நிபுணர் பிரேம்குமார் போன மோட்டார் சைக்கிள் வேளச்சேரிக்குப் பக்கத்தில் ஒரு முட்புதருக்குள்ளே கிடந்தது சார்..."

"பிரேம்குமார்...?"

"என்னாச்சுன்னு தெரியலை சார்..."

"பைக் எப்படி இருந்தது...?"

"பைக்கோட ஹெட்லைட் உடைஞ்சிருக்கு சார்... பெட்ரோல் டேங்க் மேல கொஞ்சம் ரத்தக்கறை இருந்தது... அந்த முட்புதரை சோதனை போட்ப்ப பிரேம்குமாரோட செல்போன் கிடைச்சது..."

"செல்போனுக்கு சேதம் இல்லையா?"

"இல்லை சார்..."

"செல்போனில் அவர் கடைசியாய் எந்த நம்பரோடு பேசினாருங்கறதை கண்டுபிடியுங்க..."

"கண்டுபிடிச்சுட்டோம் சார்..."

"யார் அந்த நபர்...?"

"ஒரு பொண்ணு சார்..."

"பொண்ணா...?"

"ஆமா சார்... அவங்க பேர் முழுமதி."

"எ... எ... என்ன சொன்னீங்க... முழுமதியா...?"

"ஆமா சார்...! செல்போன் நிறுவனத்துல நம்பரைக் கொடுத்துக் கேட்டபோது முழுமதியோட முகவரியையத்தான் கொடுத்தாங்க. போலீஸ்படைத் தேடி போயிருக்கு... அங்கே

இருந்து எனக்கு தகவல் வந்ததும், மறுபடியும் உங்களை நான் தொடர்பு கொள்கிறேன் சார்..."

"ஓ.கே...!" சொன்ன பரிமளநாதன் செல்போனை அணைத்து பாக்கெட்டில் போட்டுக்கொண்டார்.

தன்னைச் சுற்றிலும் நின்றிருந்த கீர்த்திவாசன், பிரதிபா, சிவசங்கர், நவநீதன் ஆகியோரை ஒரு பதற்றப்பார்வையில் நனைத்தார்.

"நாம நினைச்ச மாதிரியே பிரேம்குமாருக்கு ஏதோ ஆபத்து ஏற்பட்டிருக்கு... வேளச்சேரிக்குப் பக்கத்தில் ஒரு முட்புதரில் அவருடைய பைக் கிடந்திருக்கு. பைக்கோட பெட்ரோல் டேங்க்கில் ரத்தக்கறை இருந்திருக்கு... முட்புதரிலே கிடந்த அவரது செல்போனில் கடைசியாய் பேசின ஒரு பொண்ணோட முகவரி போலீஸ் கையில் கிடைச்சிருக்கு. அவ பேர் முழுமதி... அடையாறில் வீடு. போலீஸ் அவளைத் தேடிப்போயிருக்கு..."

"சார்..." பிரதிபா குறுக்கிட்டாள்.

"நீங்க சொன்ன விஷயத்துல ஒரு தகவல் இருக்கு. கவனிச்சீங்களா?"

"ம்... கவனிச்சேன். உங்கப்பா சுய நினைவோடு இருந்தப்ப ஒரு காகிதத்தில் எழுதிக்காட்டின வார்த்தை 'நீலநிலா'. இப்போ காணாமல் போயிருக்கிற பிரேம்குமாரோட செல்போனில் கடைசியாய் பேசின பெண்ணோட பேர் முழுமதி. மதி, நிலா ரெண்டுமே ஒரே பொருள் கொண்ட வார்த்தைகள். இதைத்தானே சொல்ல வர்றீங்க... பிரதிபா?"

"ஆமா... சார்..."

"உங்க அப்பாவோட விவகாரத்தில் பிரேம்குமார் ஏதோ ஒரு வகையில சம்பந்தப்பட்டிருக்கார்னு நினைக்கிறேன்..."

"சார்...! தயவியல் நிபுணராய் இருக்கிற பிரேம்குமாருக்கும்,

மிகப்பெரிய தொழிலதிபராய் இருக்கிற எங்க அப்பாவுக்கும் என்ன சம்பந்தம் இருக்க முடியும்...?''

சிவசங்கர் வியப்பாய் கேட்டுக் கொண்டிருக்கும்போதே, கட்டிலில் அசைவற்றுப் படுத்திருந்த தில்லைராஜனிடமிருந்து 'கெக்'கென்ற ஒரு விக்கல் சத்தம் எழுந்தது.

எல்லோருடைய பார்வையும் அவர் பக்கம் திரும்பியது.

தில்லைராஜனின் கண்ணிமைகள் மெல்லப் பிரிந்து, பாதி விழிகளைக்காட்ட அவருடைய வலக்கை மெல்ல உயர்ந்தது.

டாக்டர் கீர்த்திவாசன் உடம்பில் பதற்றம்.

''பிரதிபா...! உங்க அப்பாவுக்கு லேசா நினைவு திரும்புதுன்னு நினைக்கிறேன். பேச்சு கொடுத்துப் பாரும்மா...''

பிரதிபா அவரிடம் குனிந்தாள். கையைப் பற்றிக் கொண்டாள்.

''அ.. அ.. ப்பா...''

பாதி திறந்தவிழிகளோடு தில்லைராஜன் மெல்லத் தலையைத் திருப்பி பிரதிபாவைப் பார்த்தார். பார்த்துக் கொண்டே இருந்தார்.

அவருடைய உதடுகள் மெல்ல துடித்தன. ஏதோ சொல்ல முயன்று தோற்றன.

அடுத்து சிவசங்கரும், நவநீதனும் அவரிடம் குனிந்தார்கள்.

''அப்பா...! 'நீலநிலா'ன்னு எழுதிக் காட்டினீங்களே... அதுக்கு என்ன அர்த்தம்...?''

''..............''

''சொல்லுங்கப்பா... என்ன அர்த்தம்?''

அவருடைய உதடுகள் மறுபடியும் பேசத் துடித்து அடங்கின.

வலக்கை மட்டும் வேகமாய் உயர்ந்தது.

''அவரால பேச முடியலை... ஏதோ எழுதிக்காட்ட விரும்புறாருன்னு நினைக்கிறேன்...'' கீர்த்திவாசன்

சொல்லிக்கொண்டே கிளிப்பேடில் இருந்த காகிதத்தையும், பேனாவையும் தில்லைராஜனின் வலக்கையில் திணித்தார்.

தொடர்ந்து சொன்னார்.

"மிஸ்டர் தில்லைராஜன்...! கொஞ்ச நேரத்துக்கு முன்னாடி 'நீலநிலா'ன்னு காகிதத்தில் எழுதிக் காட்டினீங்க... அந்த வார்த்தைக்கு என்ன அர்த்தம்...? நிதானமா எழுதிக் காட்டுங்க..."

தில்லைராஜனின் வலக்கை விரல்கள், பேனாவை இறுக்கமாய்ப் பற்றிக் கொண்டன.

சில வினாடிகளுக்குப்பின் பேனாவும், காகிதமும் அசைய ஆரம்பித்தன. எழுத்துக்கள் உற்பத்தியாயிற்று.


கீழ்ப்பகுதி இருட்டிலும், நிசப்தத்திலும் உறைந்து போயிருக்க பத்ரிநாராயணன், டார்ச் வெளிச்சத்தில் அந்த பள்ளத்துக்குள் இறங்கினார். மேலே நின்றிருந்த சுந்தர் குரல் கொடுத்தான்.

"சார்... நானும் பின்தொடர்ந்து வரட்டுமா...?"

"வேண்டாம்... நீ மேலேயே இரு... ரெண்டு பேரும் ஒரே நேரத்தில் ஆபத்தில் மாட்டிக்கக்கூடாது. நான் கீழேபோய் 'வரலாம்'னு குரல் கொடுத்தப்பறம் நீ இறங்கி வா..."

பத்ரிநாராயணன் சொல்லிக்கொண்டே ஒரு கையில் துப்பாக்கியும், இன்னொரு கையில் டார்ச்சுமாய் செடி, கொடிகளை விலக்கிக்கொண்டு உள்ளே போனார்.

டார்ச் வெளிச்சம் சிறிது சிறிதாய் காணாமல் போய், திடீரென சுற்றிலும் இருட்டு பரவிக்கொண்டது.

சுந்தர் தன் கையில் வைத்திருந்த சிறிய பேனா 'டார்ச்'சை இயக்கினான். அதன் வெளிச்ச உதவியோடு பள்ளத்தை எட்டிப் பார்த்தபடி காத்திருக்க ஆரம்பித்தான்.

வினாடிகள் கரைந்தன.

ஐந்து நிமிட நேரத்துக்குப் பிறகு சுந்தர், பொறுமை இழந்து குனிந்தான்... குரல் கொடுத்தான்.

"சார்..."

உள்ளேயிருந்து பதில் இல்லை.

"சார்..." பலமாய் குரல் கொடுத்துப் பார்த்தான்.

பள்ளத்துக்குள் மௌனம்தான்.

கலவரமான சுந்தர், பள்ளத்துக்குள் இரண்டடி கீழே இறங்கினான்.

கையிலிருந்த டார்ச் மூலம் வெளிச்சத்தை செலுத்திப் பார்த்தான். கோணல் மாணலாய் ஒரு வழி தெரிந்தது.

'இறங்கிப் போய் பார்க்கலாமா...?'

சுந்தர் சில வினாடிகள் யோசித்துப் பார்த்துவிட்டு பள்ளத்துக்குள் தொடர்ந்து மெதுவாய் இறங்கத் தொடங்கினான்.

கைக்கு கிடைத்த குற்றுச்செடிகளை பற்றிக்கொண்டு ஒரு ஐம்பதடி தூரம் இறங்கி இருப்பான்.

கீழே லேசாய் வெளிச்சம் தெரிந்தது. டார்ச் வெளிச்சத்தின் ஒளிக்கீற்றுகள் செடிகளின் இடைவெளியில் பரவியிருந்தது.

"சார்..."

சுந்தர் குரல் கொடுத்துக்கொண்டே வேகவேகமாய் கீழே இறங்கிப் போனான்.

வெளிச்சம் இப்போது அதிகமாய் தெரிய, ஒரு புதருக்குள் டார்ச் தலைகுப்புற விழுந்திருந்தது.

சுந்தர் நின்று சுற்றும்முற்றும் பார்த்தான்.

பத்ரிநாராயணன் பார்வைக்குக் கிடைக்கவில்லை.

"சார்..."

"................"

"சார்...."

பதிலில்லை.

புதருக்குள் கிடந்த டார்ச்சை எடுத்தான்.

பயமாய் எல்லாப்பக்கமும் வெளிச்சத்தை அடித்துப் பார்த்தான்.

பத்ரிநாராயணனைக் காணோம்.

சுந்தரின் இதயம் வேகமாய் அடித்துக்கொண்டது. 'போய் மற்றவர்களை அழைத்துக்கொண்டு வந்து பத்ரிநாராயணனைத் தேடலாமா...? இல்லை இன்னும் கொஞ்சம்கீழே இறங்கிப்போய் அவரைத் தேடலாமா?'

சுந்தர் யோசித்த விநாடி

அந்த முனகல் சத்தம் அவனுடைய காதுகளில் விழுந்தது.

"ம்... ம்... ம்... ம்... ம்" என்று யாரோ அரற்றுகிற சத்தம்.

"யாரது...?"

சத்தம் வந்த திசைநோக்கி டார்ச் வெளிச்சத்தோடு மெல்ல நடந்தான். பத்தடி நடந்து இருப்பான்.

ஒரு பாறையின் மறைவில் பத்ரிநாராயணன் குப்புற விழுந்து கிடந்தார். பின்பக்க வழுக்கை மண்டையில் ரத்தம் ஒரு கோடுமாதிரி வழிந்திருப்பதை டார்ச் வெளிச்சம் காட்டியது.

சுந்தர் பதைபதைத்துப் போய் அவரருகே சென்று குனிந்து தோளைப் பற்றித் திருப்பினான்.

பத்ரிநாராயணன் மல்லாந்தார். முன்நெற்றியில் ஒரு ரத்தக் காயம் தெரிய, அதில் மண் அப்பியிருந்தது.

"ச... சார்... ச... சார்..."

அவரிடம் எந்த அசைவும் இல்லை. அவருடைய நாசி அருகே கை வைத்துப் பார்த்தான் சுந்தர். நூலிழையாய் மூச்சுக்காற்று.

"சார்..." உசுப்பினான்.

தலையில் அடிபட்டதில் ஆழ்ந்த மயக்கம். முதலில் மயக்கத்தைப் போக்க வேண்டும். 'தண்ணீர் கிடைக்குமா...?' சுந்தர் சுற்றும்முற்றும் பார்த்தான்.

பாறைக்கு பின்புறம் காட்டாற்று சலசலப்பு சத்தம் கேட்கவே, சுந்தர் பாறையின்மேல் ஏறி எட்டிப் பார்த்தான்.

நட்சத்திர வெளிச்சத்தில் ஆற்று நீர் மினுமினுப்பாய் தெரிந்தது.

பாறையிலிருந்து கீழே குதித்து, ஆற்றை நோக்கி போனான்.

ஆற்றை நெருங்கியவன் திகைத்து நின்றான்.

'தண்ணீரை எதில் கொண்டு போவது...?'

ஒருவினாடி யோசித்தவன், மறுவினாடியே தன் சட்டையைக் கழற்றினான். அதைக் கசக்கி உருண்டையாக்கிக் கொண்டான்.

ஓடிக் கொண்டிருந்த ஆற்று நீரில் நனைப்பதற்காக குத்துக்காலிட்டு குனிந்தான்.

அப்போது தோளின்மேல்

யாரோ கனமாக கை வைத்தார்கள்.

**த**ன் தோளில் கனமாய் ஒரு கை விழவும் திடுக்கிட்டுப்போய் திரும்பிப் பார்த்தான் சுந்தர்.

சாம்பல் இருட்டில் ஒரு பரட்டைத்தலை முகம் பார்வைக்குக் கிடைத்தது. மூக்கிலும், காதுகளிலும் அணிந்திருந்த பெரிய பெரிய உலோக வளையங்கள் அந்த அடர்ந்த இருட்டிலும் மின்னின. இடுப்பில் தோல் ஆடையும், முதுகில் ஒரு மூங்கில் கூடையும் தெரிந்தன.

சுந்தர் உற்றுப் பார்த்தான். அந்த உருவம் இரண்டடி முன்னால் வந்தது.

அவன் கிழவன். எழுபது வயது இருக்கலாம். உடம்பிலிருந்து ஒருவித தைல வாசனை அடித்தது. பறிக்கப்பட்ட பச்சிலைகள் மூங்கில் கூடைக்குள் இருந்து எட்டிப் பார்த்தன.

கிழவன் தன் பாழ்பட்ட பற்களைக்காட்டி சிரித்தபடி கேட்டான்.

"இந்த ராத்திரி நேரத்தில தம்பி இங்கே என்ன பண்ணுது?"

சுந்தர் இரண்டடி பின்வாங்கி மிரண்டான்.

"நீ... நீ... யாரு...?"

"பயப்படாதே தம்பி... நான் இந்தக் காட்டுக்குள்ளே இருக்கிறவன்தான். என் பேரு குருவன். மூலிகைப்பச்சிலைகளைப் பறிக்கிறதுக்காக வந்தேன். என்ன அப்படி பாக்கறே...? என்னடா

இந்த ராத்திரி நேரத்துல பச்சிலைகளை பறிக்கிறதுக்காக வந்து இருக்கானேன்னு பாக்கிறியா...? சிலவகை மூலிகை பச்சிலைகள் ராத்திரி நேரத்துலதான் வாசனையை வெளியிடும். பகல் நேரங்களில் ஊமை மாதிரி இருந்துடும்..."

சுந்தருக்கு கிழவன் பேச்சில் நம்பிக்கை பிறக்கவே, மெல்ல அவனுக்குப் பக்கத்தில் வந்து நின்றான்.

கிழவன் தொடர்ந்தான். "தம்பியைப் பார்த்தா பட்டணத்திலிருந்து வந்த மாதிரி தெரியுது... இந்த ராத்திரி நேரத்துல இங்கே என்ன பண்ணிட்டிருக்க தம்பி...?"

சுந்தர் சில வினாடிகள் தயங்கிவிட்டு, பின்பு சொன்னான்.

"நாங்க எட்டு பேர் ஒரு ஆராய்ச்சிக்காக இந்த காட்டுக்குள்ளே வந்தோம். மழையில மாட்டிக்கிட்டோம். வேனை ஒரு பக்கமா நிறுத்தி உள்ளே படுத்து தூங்கிட்டு இருந்தப்ப, யாரோ ஒருத்தன் அந்த பக்கமா நடந்து வந்தான்... எங்களைப் பார்த்ததும் அவன் ஓட ஆரம்பிச்சுட்டான். நானும், எங்க ஆராய்ச்சிக்குழு தலைவரும் அவனை துரத்திக்கிட்டு இந்த பக்கமாய் வந்தோம். அவன் இந்த பள்ளத்துல இறங்கி ஓடிட்டான். நாங்களும் அவனைப் பின்தொடர்ந்து பள்ளத்துக்குள்ளே இறங்கினோம். தலைவர் அடிபட்டு மயக்கமாயிட்டார். அவரோட மயக்கத்தை தெளிய வைக்கிறதுக்காக இந்த ஆத்துல தண்ணி எடுக்க வந்தேன்..."

"அடிபட்டவர் எங்கே கிடக்காரு...?"

"அதோ... அந்தப் பாறைக்குப் பக்கத்துல."

"வா... பார்க்கலாம்."

"தண்ணி...?"

"வேண்டாம்! அவரோட மயக்கத்தை தெளிய வைக்கணும். அவ்வளவுதானே? என்கிட்டே இருக்கிற ஒரு பச்சிலையை

கசக்கி அவரோட மூச்சுக்காத்துல படும்படியா வைச்சா போதும். எந்திரிச்சு உட்கார்ந்துடுவாரு...!''

சுந்தர் பிரமிப்பாய் அந்தக் கிழவனைப் பார்க்க... அவன் மறுபடியும் தன் சிதிலமான பற்களைக்காட்டி சிரித்தான்.

''என்ன தம்பி...? என் பேச்சுல உனக்கு நம்பிக்கை வரலையா...? டவுன்ல ஒவ்வொரு டாக்டரும் படிச்ச படிப்பையெல்லாம், தன்னோட பேருக்கு பின்னாடி ஒரு முழு நீளத்துக்கு போட்டுக்கிட்டு வைத்தியம் பார்ப்பாங்க... நான் அப்படி கிடையாது. ஒரு காட்டுவாசி. எனக்குத் தெரிஞ்சதெல்லாம் இந்த பச்சிலை வைத்தியம் ஒண்ணுதான்... வா தம்பி... அவரைப் போய் பார்க்கலாம்.''

சுந்தர் அந்தக் கிழவனைக் கூட்டிக்கொண்டு பாறையின் மறைவுக்கு வந்தான்.

தலையில் ரத்தக்காயத்தோடு சலனமில்லாமல் படுத்திருந்த பத்ரிநாராயணனைக் காட்டினான்.

''இவர்தான்...''

கிழவன் குருவன், தன் முதுகில் இருந்த கூடையை இறக்கி, ஒரு பக்கமாய் வைத்துவிட்டு, பத்ரிநாராயணனிடம் குனிந்தான். அவருடைய இடக்கையைப் பற்றி நாடி பிடித்துப் பார்த்தான்.

நாசி அருகே தன் புறங்கையை வைத்தபின் கூடையை பக்கத்தில் இழுத்து வைத்துக்கொண்டு, மூலிகை பச்சிலைகளைக் கிளறி, வேரோடு இருந்த ஒரு செடியை எடுத்தான்.

அதில் இரண்டு இலைகளை மட்டும் கிள்ளி உள்ளங்கையில் வைத்துக் கசக்கி, பத்ரிநாராயணின் நாசி அருகே வைத்தான்.

பத்தே வினாடி!

பத்ரிநாராயணின் உடல் அசைந்தது. கண்ணிமைகள் மெல்ல பிரிந்தன.

சுந்தர் அவருடைய கைகளைப் பற்றிக் கொண்டு குரல் கொடுத்தான்.

"ச... சார்..."

"சு... சு... சுந்தர்..."

பத்ரிநாராயணன் வலிக்கிற தலைக்காயத்தின்மேல் கையை வைத்துக்கொண்டே எழுந்து உட்கார்ந்தார்.

"ச... சார்... உங்களுக்கு எப்படி அடிபட்டுச்சு...? யாராவது தாக்கினாங்களா...?"

"யா... யா... யாரும் தாக்கல... பள்ளத்துல இறங்குறப்ப கால் இடறி விழுந்து, இந்த பாறைமேல மோதிட்டேன். அடிபட்டுமே மயக்கமாயிட்டேன்..." சொன்ன பத்ரிநாராயணன், தனக்குப் பக்கத்தில் குத்துக்காலிட்டு உட்கார்ந்திருந்த குருவன் கிழவனைப் பார்த்துவிட்டு கேட்டார்.

"யார் இந்த ஆள்...?"

சுந்தர் பதில் சொல்வதற்குமுன் கிழவன் குறுக்கிட்டான்.

"சாமி! நான் காட்டுவாசிங்க... பேரு குருவன். மூலிகைச்செடிகளை சேகரம் பண்ணி, டவுன்ல இருக்கற நாட்டு வைத்தியர்களுக்கு வித்து, ரெண்டு காசு பார்த்து பொழைப்பை நடத்திட்டிருக்கேன். சில மூலிகைச்செடிகள் ராத்திரி நேரத்துலதான் வாசத்தை வெளியே விடும். அதை கண்டுபிடிச்சு சேகரம் பண்ணத்தான் வந்துக்கிட்டு இருந்தேன். தம்பியைப் பார்த்ததும், யாரு என்னான்னு விபரம் கேட்டேன். நீங்களும், தம்பியும் யாரையோ துரத்திட்டு ஓடி வந்ததா சொல்லிச்சு...! அந்த ஆள் யாருன்னு எனக்குத் தெரியும் சாமி..."

பத்ரிநாராயணன், அவனை வியப்பாய் பார்த்தார்.

"உனக்குத் தெரியுமா...?"

"தெரியும் சாமி."

"யாரது...?"

"போலீஸ் தேடிக்கிட்டிருக்கிற கொலைக் குற்றவாளி சாமி. போலீஸ்காரங்க ரெண்டு மூணு தடவை இந்த காட்டுக்குள்ளே வந்து, தேடிப் பார்த்துட்டுப் போயிட்டாங்க... அவன் எங்க கண்ணுல சில நேரம் பட்டுட்டு மறைஞ்சு போயிடுவான். ரெண்டு காட்டுவாசிப் பொண்ணுங்களை காட்டுக்குள்ளே இழுத்துட்டுப்போயி, கதறக்கதற கற்பழிச்சுக் கொன்னுருக்கான்...! இந்த காடு முன்னமாதிரி இல்ல சாமி... நீங்க ஏதோ ஆராய்ச்சிக்கு வந்திருக்கறதா தம்பி சொல்லிச்சு... காட்டைவிட்டு வெளியே போறவரைக்கும் எட்டு பேரும் பத்திரமா இருக்கணும் சாமி... ஒருத்தரைவிட்டு ஒருத்தர் தனியா வெளியா போகாதீங்க..."

குருவன் கண்களை அகலவிரித்து மிரட்சியோடு சொல்லிக்கொண்டே போக பத்ரிநாராயணனும், சுந்தரும் சிறிது கலவரமாய் பார்த்தார்கள்.

**செ**ன்னை.

தில்லைராஜனின் கையில் பிடித்திருந்த பேனா, கிளிப்பேடில் பொருத்தப்பட்டிருந்த வெள்ளை காகிதத்தில், கோணல்மாணலாய் சில எழுத்துக்களை எழுதிவிட்டு தளர்ந்தது.

டாக்டர் கீர்த்திவாசன் அதை எடுத்துப் பார்த்தார். நான்கு அங்குல எழுத்துக்கள்.

சிவசங்கர், நவநீதன், பிரதிபா எல்லோருடைய முகங்களிலும் குழப்பம். போலீஸ் உதவி கமிஷனர் பரிமளநாதன், நவநீதனிடம் நிமிர்ந்தார்.

"கே.கே.எஃப்.எஃப். இந்த நான்கு எழுத்துக்களுக்கும் என்ன அர்த்தம்...?"

"தெரியலை சார்..."

"இதோ பாருங்க மிஸ்டர் நவநீதன்! எடுத்த எடுப்பிலேயே 'தெரியாது'ன்னு சொல்லாதீங்க. உங்க அப்பாவைப்பத்தி உங்களுக்குத்தான் தெரியும். உயிருக்குப் போராடிக்கிட்டு இருக்கிற

இந்த நேரத்துலகூட எதையோ சொல்றதுக்காக அவர் முயற்சி பண்ணி, நாலு எழுத்துக்களை கஷ்டப்பட்டு எழுதி இருக்கார். அந்த எழுத்துக்களுக்கு கண்டிப்பா ஏதாவது அர்த்தம் இருக்கும். யோசியுங்க... நிதானமா யோசியுங்க.”

“சார்... நானும், என் தம்பி சிவசங்கரும் தொழிலை மும்முரமா பார்த்துக்கிட்டு இருக்கோம். அப்பாவை பார்த்துக்கிட்டதெல்லாம் பிரதிபாதான்! அதுவுமில்லாம கடந்த ஆறுமாச காலமா வீட்டைவிட்டு அப்பா வெளியே எங்கேயும் போகாம, அவருடைய அறைக்குள்ளேயேதான் இருந்தார். வழக்கமா ரெண்டுமாசத்துக்கு ஒரு தடவை வெளிநாடு போறவர், இந்த ஆறுமாசமா வெளிநாடு போகல...”

“சரி! அறைக்குள்ளே உட்கார்ந்து என்ன பண்ணிட்டிருப்பார்...?”

பிரதிபா குறுக்கிட்டாள். “சார், அப்பா கம்ப்யூட்டர் முன்னாடி உட்கார்ந்து இண்டர்நெட் பிரௌஸ் பண்ணி நிறைய வெப்சைட்ஸ் பார்த்துட்டிருப்பார்...”

“எது மாதிரியான வெப்சைட்...?”

“அதுபத்தி எனக்குத் தெரியாது சார். பொதுவா அப்பாவுக்கு எல்லா துறைகளைப்பத்தியும் தெரிஞ்சுக்கணும்னு ஆர்வம் அதிகம். டி.வி. பார்க்கும்போதுகூட ‘டிஸ்கவரி சேனல்’தான்.”

சில விநாடி மௌனம் சாதித்த உதவி கமிஷனர் பரிமளநாதன், சிவசங்கரிடம் நிமிர்ந்தார்.

“உங்க அப்பா தில்லைராஜனைச்சுத்தி நடக்கிற சம்பவங்கள் எல்லாமே குழப்பமாவும், மர்மமாவும் இருக்கு... அவரைக் கொலை பண்ண முயற்சி நடந்ததா இன்ஸ்பெக்டர் பன்னீர்செல்வத்துக்கு தகவல் வந்தப்ப போனில் சொல்லப்பட்ட இன்னொரு அதிர்ச்சியான விஷயம்... உங்க மூணு பேரில் ஒருவர் தில்லைராஜனுக்கு பிறந்தவர் இல்லைங்கறது. அந்த விஷயம் உண்மையா... பொய்யான்னு நாம சோதனை பண்ணி பார்த்திடறது நல்லதுன்னு என் மனசுக்குப்படுது...”

"சார்... அது தேவையில்லாத விஷயம்... எங்க குடும்பத்தைக் கேவலப்படுத்துறதுக்காகவும், அவமானப்படுத்துறதுக்காகவும் விஷமத்தனமாய் சொல்லப்பட்ட விஷயம் அது. அதை நாம பெரிசா எடுத்துக்க வேண்டிய அவசியம் இல்லை..."

"இல்லை மிஸ்டர் நவநீதன்... சில விஷயங்கள் கசப்பாய் இருந்தாலும் அதை சோதனை பண்ணி பார்த்திடறது நல்லது."

"சார்... அது அப்பட்டமான பொய்."

"அப்படீன்னு நீங்க உறுதியா... தைரியமா நம்பினா, மரபணு சோதனை பண்ணிக்குங்க... சோதனையில் அது பொய்னு தெரிஞ்சா, அந்த போன் சமாச்சாரத்தை மறந்துடுவோம்."

பிரதிபா இடைமறித்தாள். "அண்ணா! சார் சொல்றதும் சரிதான். யாரோ கிளப்பிவிட்ட புரளிக்காக நாம மூணு பேரும் அக்னிக் குளியல் நடத்தியே ஆகணும்... மரபணு சோதனைக்கு ஒத்துக்கலாம். அது பொய்னு நிரூபிக்க இதைத் தவிர வேறு வழி கிடையாது."

பரிமளநாதன், கீர்த்திவாசனிடம் திரும்பினார்.

"டாக்டர்... இதே ஹாஸ்பிடல்ல மரபணு சோதனை நடத்த வசதி இருக்கா?"

"இருக்கு."

"பரிசோதனை முடிவு எப்ப கிடைக்கும்...?"

"இன்னிக்கு சாயந்திரமே."

"மரபணு சோதனைக்கு ஏற்பாடு பண்ணுங்க... டாக்டர்! நான் சாயந்தரம் ஆறு மணிக்கு உங்களை வந்து பார்க்கிறேன்." சொன்ன பரிமளநாதன் எல்லோரிடமும் விடைபெற்றுக்கொண்டு ஹாஸ்பிடலைவிட்டு வெளியேறினார்.

மாலை மணி ஆறு.

உதவி கமிஷனர் பரிமளநாதனும், இன்ஸ்பெக்டர் பன்னீர்செல்வமும் டாக்டர் கீர்த்திவாசனின் அறையில் அவருக்கு

முன்பாய் உட்கார்ந்திருக்க, அவர் இண்டர்காமில் பேசிக் கொண்டிருந்தார்.

"பரிசோதனை முடிவு வந்துருச்சா...?"

"தயாரா இருக்கு டாக்டர்..."

"என் அறைக்கு கொண்டு வாங்க ப்ளீஸ்..."

"ஆன் த வே...டாக்டர்..."

அடுத்த சில நிமிடங்களில் நவநீதன், சிவசங்கர், பிரதிபா சம்பந்தப்பட்ட மரபணு சோதனை முடிவு டாக்டர் கீர்த்திவாசனின் பார்வைக்கு வந்தது. எடுத்துப் பார்த்தவர் முகம் இருண்டார்.

அந்த அறிக்கையை கீழே வைத்துவிட்டு சாய்வு நாற்காலியில் தளர்வாய் சாய்ந்து கொண்டார். நெற்றியில் வியர்வை.

பரிமளநாதன் கேட்டார்.

"என்ன டாக்டர் எதுவுமே பேசாம வைச்சுட்டீங்க... அறிக்கையில என்ன இருக்கு...? போனில் பேசினவன் சொன்னமாதிரி மூணு பேரில் ஒருத்தர் தில்லைராஜனுக்கு பிறக்கலையா... இல்லை இவங்க சொல்றது உண்மையா...?"

கீர்த்திவாசன் கவலையாய் நிமிர்ந்தார்.

"அவன் சொன்னதைவிட படுமோசம்..."

"டாக்டர்! என்ன சொல்றீங்க...?"

"நவநீதன், சிவசங்கர், பிரதிபா இந்த மூணு பேருமே தில்லைராஜனுக்குப் பிறக்கலைன்னு இந்த அறிக்கை சொல்லுது..."

அந்த அறையில் சிலவினாடி நேரத்துக்கு கனமான நிசப்தம் நிலவியது.

டாக்டர் கீர்த்திவாசன் சொன்னதைக் கேட்ட போலீஸ் உதவி கமிஷனர் பரிமளநாதனும், இன்ஸ்பெக்டர் பன்னீர்செல்வமும் உச்சபட்ச அதிர்ச்சிக்குப்போய் ஒருவரை ஒருவர் பார்த்துக் கொண்டார்கள்.

"டாக்டர்... நீங்க என்ன சொல்றீங்க...?"

கீர்த்திவாசன் அனலாய் பெருமூச்சுவிட்டு, கவலையோடு தோள்களைக் குலுக்கினார்.

"எனக்கும் இது அதிர்ச்சியான விஷயம்தான்... நவநீதன், சிவசங்கர், பிரதிபா இந்த மூணு பேருமே தில்லைராஜனுக்குப் பிறக்கலைன்னு இந்த அறிக்கை சொல்லுது..."

"அது உண்மையா இருக்குமா...?"

"அறிக்கையை சந்தேகப்படுறீங்களா...? என் அறிக்கை தப்பான தகவல்களைக் கொடுத்ததாய் சரித்திரமே இல்லை. இது மிகச் சரியான தகவல்தான். உங்களுக்கு சந்தேகம் ஏற்பட்டா மும்பையில இருக்கற மரபணு பரிசோதனைக்கூடத்துக்கு இந்த அறிக்கையை அனுப்பி சரிபார்த்துக்கலாம். தேவைப்பட்டா மூணுபேரையும் மும்பைக்கு கூட்டிட்டுபோய் மரபணு சோதனைக்கு உட்படுத்தலாம்..."

கீர்த்திவாசன் சொல்லிக் கொண்டிருக்கும்போதே அவருடைய மேஜைமேல் இருந்த தொலைபேசி பலமாய் குரல் கொடுத்தது. எடுத்துப் பேசினார்.

"ஹலோ..."

"டாக்டர்! நான் நவநீதன் பேசுறேன்..."

"சொல்லுங்க நவநீதன்..."

"மரபணு சோதனை அறிக்கை வந்துடுச்சா டாக்டர்...?"

"இப்பத்தான் வந்தது..."

"என்ன முடிவு டாக்டர்...?"

"நீங்க புறப்பட்டு வாங்க... நேரில் பேசலாம்."

"அறிக்கையில் ஏதாவது பிரச்னையா டாக்டர்....?"

"ஆமா! நாம யாரும் எதிர்பார்க்காத முடிவு வந்திருக்கு... அதைப்பத்தி போனில் பேச முடியாது. நீங்க, உங்க தம்பி சிவசங்கர், தங்கை பிரதிபா மூணு பேரும் உடனே புறப்பட்டு வாங்க..."

"எங்க குடும்ப டாக்டர் பெருமாளும் கூடவே இருக்கார். அவரையும் கூட்டிக்கிட்டு உடனே புறப்பட்டு வர்றோம்..."

"வாங்க..."

கீர்த்திவாசன் ரிஸீவரை வைத்துவிட்டு, எதிரே உட்கார்ந்திருந்த பரிமளநாதனைப் பார்த்தார்.

"வந்துட்டிருக்காங்க..."

"இந்த கசப்பான உண்மையை அவங்ககிட்ட எப்படி சொல்லப் போறீங்க டாக்டர்...?"

"சொல்லித்தானே ஆகணும்."

"அவங்க நம்புவாங்களா...?"

"அறிக்கை பொய் சொல்லாதே...! இந்த அறிக்கையை படிச்சதும் அவங்க முகபாவம் எப்படி இருக்குன்னு பார்க்கலாம்..."

காத்திருந்தார்கள்.

சரியாய் பத்து நிமிடம்.

டாக்டர் பெருமாள், நவநீதன், சிவசங்கர், பிரதிபா நான்கு பேரும் வேகவேகமாய் அறைக்குள் நுழைந்தார்கள்.

கீர்த்திவாசன் தனக்கு முன்பாய் இருந்த நாற்காலிகளைக் காட்ட, எல்லோரும் உட்கார்ந்தார்கள்.

நவநீதன் படபடத்தான்.

"டாக்டர்! அறிக்கையில நாம யாருமே எதிர்பார்க்காத முடிவு இருக்குன்னு போன்ல சொன்னீங்க... அது என்ன முடிவு...?"

கீர்த்திவாசன் ஒரு சங்கடப்பார்வை பார்த்துவிட்டு, தலையைக் குனிந்துகொள்ள, இன்ஸ்பெக்டர் பன்னீர்செல்வம் ஒரு ஏளனப் புன்னகையோடு சொன்னார்.

"அது அறிக்கை இல்லை. ஏவுகணை!"

"என்ன... எங்க மூணு பேர்ல ஒருத்தர் எங்க அப்பாவுக்கு பிறக்கலைன்னு அறிக்கை சொல்லுதா...?"

"அப்படி சொல்லியிருந்தாலும் பரவாயில்லையே...! அறிக்கை அதைவிட மோசமாய் இருக்கே...!"

"என்ன சொல்றீங்க...?"

"நீங்க மூணுபேருமே தில்லைராஜனுக்கு பிறக்கலைன்னு அறிக்கை சத்தியம் பண்ணி சொல்லுது...!"

மூன்று பேர்களின் முகமும் ஒரே நேரத்தில் இருட்டியது.

சிவசங்கர் தான் உட்கார்ந்திருந்த நாற்காலியை பின்னுக்குத் தள்ளிக்கொண்டு எழுந்தான். பெரிய குரலில் கத்தினான்.

"எங்களை அவமானப்படுத்தறதுக்கு ஒரு அளவே இல்லையா...?"

"இதோ பாருங்க சிவசங்கர்...! இது நாங்க சொல்ற தகவல் இல்லை. அறிக்கை சொல்கிற உண்மை. இது பொய்யான அறிக்கைன்னு உங்க மனசுக்குப்பட்டால் வேறு சோதனைக்கூடத்துக்கு போங்க. அங்கே மரபணு சோதனையை நடத்துங்க... இந்தியாவில் இந்த சோதனையை நடத்த விருப்பப்படலைன்னா வெளிநாட்டுக்குப் போங்க..." கீர்த்திவாசன் சொல்ல, பரிமளநாதன் அவரைக் கையமர்த்திவிட்டு, நவநீதனிடம் திரும்பினார்.

"மிஸ்டர் நவநீதன்...! உங்க குடும்பத்துக்கு நீங்கதானே மூத்தவர்...?"

"ஆமா..."

"உங்க அம்மா இறக்கும்போது உங்களுக்கு என்ன வயசு...?"

"நாலு..."

"உங்க அம்மாவோட முகம் உங்களுக்கு ஞாபகம் இருக்கா...?"

"லேசா..."

"சிவசங்கருக்கு அப்போ என்ன வயசு...?"

"ரெண்டு..."

"பிரதிபாவுக்கு?"

"ஆறு மாசக் குழந்தை அவ..."

"நீங்க சொல்றதைப் பார்த்தா சிவசங்கருக்கும், பிரதிபாவுக்கும் உங்க அம்மாவோட முகம் சுத்தமாவே ஞாபகம் இருக்காது போலிருக்கே...?"

"ஆமா..."

"நிலைமை இப்படி இருக்கும்போது, நீங்களும் உங்க கடந்த காலத்தை கொஞ்சம் தீவிரமா நினைச்சுப் பார்க்கிறதுல தப்பில்லை... உங்க சொந்தத்துல பெரியவங்க யாராவது இருக்காங்களா...?"

"யாரும் இல்லை..."

"யோசனை பண்ணிப் பாருங்க... கிராமங்கள்ள யாராவது ஒருத்தர் ரெண்டு பேர் இருக்கலாம்... அந்த பெரியவங்ககிட்ட விசாரணை பண்ணினால்தான் உங்க குடும்பம் பத்தின உண்மைகள் வெளியே வரும்..."

பரிமளநாதன் சொல்லிக் கொண்டிருக்கும்போதே, அறைக்கதவை திறந்துகொண்டு அந்த நர்ஸ் பதற்றமாய் உள்ளேவந்து, கீர்த்திவாசனுக்கு முன்பாய் நின்றாள்.

அவள் முகம் இருண்டு காணப்பட்டது.

"டாக்டர்..."

"என்ன மெர்ஸி...?"

"தில்லைராஜன் இறந்துட்டார்..."


**கா**ட்டுப்பகுதி நிசப்தமாய் இருக்க, கிழவன் குருவன் தன் தோளில் போட்டிருந்த கம்பளியை எடுத்து, அடித்த குளிர்காற்றுக்கு இதமாய் உடலைப் போர்த்திக்கொண்டு பத்ரிநாராயணனையும், சுந்தரையும் ஒரு புன்னகையோடு பார்த்தான்.

"அய்யா...! நீங்க இந்தக் காட்டுக்குள்ளே இருக்கிற காணாதது கண்டான் கோட்டையை ஆராய்ச்சி பண்றதுக்காக வந்து இருக்கிறதாச் சொன்னீங்க... இதுக்கு முன்னாடியும்

சிலபேர் இங்கே வந்து இருக்காங்க... காட்டுக்குள்ளே அப்ப இருந்த நிலைமை வேற... இப்போ இருக்கிற நிலைமை வேற...! காட்டு மிருகங்களால எங்களுக்கு எந்த ஆபத்தும் இல்லங்கய்யா... காட்டுக்குள்ளே பூந்துட்ட சில மோசமான மனுஷங்களாலதான் எங்களுக்கு ஆபத்து. அந்த ஆபத்து உங்களுக்கும் வரலாம்னுதான் எச்சரிக்கை பண்ணினேன்யா... என்னைக் கேட்டா இந்த ஆராய்ச்சி எல்லாம் வேண்டாம்னு தள்ளி வெச்சுட்டு ஊரைப் பார்க்க போயிடறது நல்லதுங்கய்யா...''

பத்ரிநாராயணன் மறுப்பாய் தலையாட்டினார்.

''அப்படி எல்லாம் போக முடியாது... அரசாங்கம் இந்த ஆராய்ச்சிக்காக இது வரைக்கும் ஒரு கோடி ரூபாய் வரைக்கும் செலவு பண்ணியிருக்கு... காட்டுக்குள்ளே வந்து ஆராய்ச்சி பண்ணுற வேலை ஆபத்தானதுன்னு எங்களுக்கும் தெரியும். அந்த ஆபத்துகளை சமாளிச்சு நாங்க எங்க வேலையைப் பார்த்தாகணும். வேலையிலிருந்து நாங்க பின்வாங்க முடியாது...''

''அய்யா...! இந்தக் காட்டுப்பகுதிக்கு நீங்க முன்னாடி வந்துருக்கீங்களா...?''

''நான் மட்டும் ரெண்டு வருஷத்துக்குமுந்தி ஒரு தடவை வந்துட்டுப் போயிருக்கேன்...''

''அப்படீன்னா இங்கே உங்களுக்கு அவ்வளவா பழக்கம் கிடையாது. இல்லீங்களாய்யா...?''

''ஆமா...!''

''என்னை மாதிரியான ஒரு ஆள் உங்களுக்கு உதவி பண்ண வந்தா, நீங்க ஏத்துக்குவீங்களாய்யா...?''

பத்ரிநாராயணன் முகம் மலர்ந்தார்.

''தாராளமா ஏத்துக்குவோம்... உனக்கு இந்தக் காட்டைப்பத்தி நல்லாவே தெரியும்... எந்த வழியில் எப்படி போனா ஆபத்து

வராதுன்னும் தெரியும்... நாங்க ஆராய்ச்சி பணிகளை செய்யற பத்து நாளும், நீ எங்கக்கூடவே இருக்கலாம்... போகும்போது உனக்கு பணமும் கொடுத்துட்டுப் போறோம்... எல்லாமே அரசாங்க பணம்தான்..."

"எனக்கு பணமெல்லாம் வேண்டாங்கய்யா... உங்களுக்கு உதவி பண்றப்ப கிடைக்கிற சந்தோஷமே எனக்குப் போதும்... நீங்க உங்க ஆராய்ச்சியை முடிச்சுட்டு பத்திரமா இந்தக் காட்டைவிட்டு போறவரைக்கும், நான் உங்கக்கூடவே இருப்பேன்யா."

"சரி வா... வேனுக்குப் போகலாம்."

"வேன் எங்கேய்யா...?"

"இங்கிருந்து அரைகிலோ மீட்டர் தூரத்தில இருக்கு..."

பத்ரிநாராயணன் சொல்லிக்கொண்டே எழுந்தார்.

சுந்தர் அவரைக் கைத்தாங்கலாய் பிடித்துக்கொள்ள, மூன்று பேரும் அந்தப் பள்ளத்தைவிட்டு வெளியே வந்தார்கள்.

குருவன் கேட்டான்.

"அய்யா...! மூலிகைச்சாறு பிழிஞ்சதுல இப்ப தலைக்காயம் எப்படி இருக்கு... உங்களுக்கு வலி இருக்கா?"

"இல்லை..."

"இனிமே வலிக்காதுய்யா... ரெண்டே நாள்ல காயமும் ஆறிடும்..."

மூன்று பேரும் செடிகொடிகளுக்கு நடுவில் நடந்து, வேன் நின்றிருந்த இடத்தை நெருங்கியபோது, வேனுக்குள்ளே பயம் தடவிய முகங்களோடு மேகலா, பொன்மணி, ரமா, சபா, வருண், மாணிக்கம் உட்கார்ந்திருந்தார்கள்.

இவர்களைப் பார்த்ததும் இறங்கி வந்தார்கள்.

பத்ரிநாராயணனிடம் ஆளுக்கொரு கேள்வி கேட்டார்கள்.

"அந்த ஆள் கிடைச்சானா...?"

"இந்த கிழவன்தான் ஓடினவனா...?"

"சார்... நீங்க ஏன் இப்படி இருக்கீங்க... தலையில காயமா...?"

சுந்தர் எல்லோரையும் கையமர்த்திவிட்டு நடந்ததைச் சொல்ல... ஆறு பேரும் பத்ரிநாராயணனை சூழ்ந்து கொண்டார்கள்.

முதல் உதவிப்பெட்டியை மேகலா தூக்கிவர... ரமாவும், பொன்மணியும் அதை வாங்கி பத்ரிநாராயணனுக்கு சிகிச்சை செய்தார்கள். பாண்டேஜ் துணியை வைத்து கட்டுப் போட்டார்கள்.

சுந்தர், குருவனிடம் திரும்பினான்.

"இங்கே இருந்து காணாதது கண்டான் கோட்டைக்குப்போக வேறு வழி ஏதாவது இருக்கா...?"

"இருக்கு... ஆனா சுத்து வழி. இப்ப புறப்பட்டா கோட்டைக்கு போய் சேர்றப்ப விடிஞ்சிடும். வேனை வேகமா விரட்ட முடியாது. கொஞ்சம் மெதுவாத்தான் போகணும்..."

"சுத்து வழியா இருந்தாலும் பரவாயில்லை... ஆபத்து இல்லாத வழிதானே...?"

குருவன் தன் சிதிலமான பற்களைக் காட்டிச் சிரித்தான்.

"ஆபத்து இருக்கிற பக்கம் உங்களை கூட்டிக்கிட்டு போவேனா...? ஒரு காலத்துல மாட்டுவண்டி பாதையா இருந்த வழி அது... இந்தப் பக்கமாவது யானை நடமாட்டம் இருக்கும். அந்தப்பக்கம் அதுவும் கிடையாது... வேனை மட்டும் கொஞ்சம் மெதுவாய் ஓட்டினாப் போதும்..."

சுந்தர், பத்ரிநாராயணனிடம் திரும்பினான்.

"சார்...! குருவன் சொல்ற வழியில காணாதது கண்டான் கோட்டைக்கு போயிடலாமா...?"

"ம்... போயிடலாம். குருவன் சொன்னா அது சரியாத்தான் இருக்கும்..."

எல்லோரும் வேனுக்குள் ஏறி உட்கார்ந்தார்கள். மாணிக்கம், வேனை பின்னால் எடுத்து... குருவன் சொன்ன வழியில் செலுத்தினான்.

குற்றுச்செடிகளுக்கு மத்தியில் ஒளிந்திருந்த மண்பாதை எல்லோருக்கும் வியப்பைக் கொடுக்க, குருவன் சலனம் இல்லாத முகத்தோடு உட்கார்ந்திருந்தான்.

நிலா வெளிச்சம் பாதையை காட்டியது.

வேன் குலுங்கி குலுங்கி போய்க்கொண்டிருக்க... ஒரு செல்போன் திடும்மென்று ஒலி எழுப்பியது.

"யாருடைய செல்போன்...?"

எல்லோரும் திகைப்பாய் பார்த்துக் கொண்டிருக்கும்போதே குருவன் தன் இடுப்புப்பகுதிக்கு கையை கொண்டுபோய் செல்போனை எடுத்தான்.

**செ**ல்போனை எடுத்து காதில் வைத்துக்கொண்ட ஆதிவாசிக்கிழவன் குருவன் இயல்பான குரலில் பேச ஆரம்பித்தான்.

"யார் பேசறது... வைத்தியர் அய்யாவா? நான் குருவன் பேசறேன்ங்கய்யா! ம்... சொல்லுங்கய்யா... என்ன விஷயம்?"

"............."

"அய்யா! நீங்க சொன்ன எல்லா மூலிகைகளையும் இன்னிக்கு ராத்திரி பறிக்க முடியலைய்யா! காரணம் ராத்திரி ரெண்டுமணி வரைக்கும் காட்டுப்பகுதிக்குள்ளே சரியான மழ... குடிசையைவிட்டு வெளியே வர முடியலைய்யா. ரெண்டு மணிக்கப்புறம் மழ விட்டுச்சு. அப்புறம்தான் வெளியே வந்தேன்யா. சிறுநொச்சி, பெருநொச்சி, அக்கரா, சிற்றரத்தை, நாகப்பூவேர் இதெல்லாம் கிடைச்சுதய்யா... ஆனா நீங்க சொன்ன கருவப்பட்டை, கறும்செம்பை இலை, ஆவிரம்மொக்கு இலை இதெல்லாம் தட்டுப்படல... மழ பெய்ஞ்ச மண் வாசனையில அதெல்லாம் இருக்கிற இடமே தெரியலீங்கய்யா... வேணும்னா நாளைக்கு ராத்திரி முயற்சி பண்ணி பார்க்கலாங்கய்யா..."

"..............."

"நான் டவுனுக்கு வர எப்படியும் ரெண்டு நாளாயிடும்யா....

வர்றப்ப கொண்டாந்து கொடுத்துடறேன்..."

"............"

"சரிங்கய்யா! நாளைக்கு மத்தியானம் பேசுங்கய்யா..."

கிழவன் குருவன் பேசிவிட்டு செல்போனை அணைத்து இடுப்பில் சொருகிக் கொண்டு, தன்னையே வியப்போடு பார்த்துக் கொண்டிருந்த பத்ரிநாராயணனையும், மற்றவர்களையும் ஏறிட்டான்.

"அய்யா! இந்தக் காட்டுவாசிக் கிழவன் கையில செல்போன் இருக்கறது உங்களுக்கெல்லாம் ஆச்சரியமா இருக்கும்...! இந்த செல்போனை எனக்கு கொடுத்தது டவுன்ல இருக்கற ஒரு சித்த வைத்தியர். அவரோட பேர் சிவகுருநாதன். வைத்தியத்துக்குத் தேவைப்படுகிற மூலிகைச் செடிகளை கடந்த பத்து வருஷகாலமா நான்தான் பறிச்சுக் கொடுத்துட்டு வர்றேன். ரெண்டு வருஷத்துக்குமுந்திவரை, ரெண்டு வாரத்துக்கு ஒரு தடவை வைத்தியர் இந்தக் காட்டுப்பகுதிக்கு வந்து என்னைச் சந்திச்சு தேவைப்படற மூலிகைச் செடிகளைப்பத்தி சொல்லிட்டுப் போவாரு. அதுக்கப்புறம் எனக்கு இந்த செல்போனை வாங்கிக் கொடுத்தாரு. என்னென்ன மூலிகைச்செடிகள் தேவைப்படுதோ அதையெல்லாம் இந்த போனிலேயே சொல்லிடுவாரு... ஆரம்பத்துல இந்த போனை எனக்கு உபயோகப்படுத்தவே தெரியல... அப்புறம் போகப்போக பழகிட்டேன்."

பிரமிப்பிலிருந்து மீண்ட பத்ரிநாராயணன், குருவனை தொடர்ந்து ஏறிட்டார்.

வேகமாய் வேன் ஓடிக்கொண்டிருந்தது.

"இந்தக் காட்டுப்பகுதி பூராவும் உனக்குத் தெரியுமா...?"

"என் காலடி படாத இடமே இந்தக் காட்டுக்குள்ளே கிடையாதுய்யா..."

சுந்தர் குறுக்கிட்டுக் கேட்டான்.

"நீ காணாதது கண்டான் கோட்டைக்குள்ளே போயிருக்கியா...?"

"ஒருவாட்டி போயிருக்கேன்யா... எந்தக் காலத்திலோ கட்டின கோட்டை...! எல்லாமே சிதிலமாகிப் போச்சுய்யா... உள்ளுக்குள்ளே ஏகப்பட்ட வவ்வாலுக! ஆமாங்கய்யா அந்தக் கோட்டைக்குள்ளே போய் என்னத்தை ஆராய்ச்சி பண்ணப்போறீங்க...?"

"அது யார் கட்டின கோட்டைன்னு உனக்குத் தெரியுமா...?"

"தெரியாதுங்கய்யா..."

"எதுக்காக கட்டினதுன்னு தெரியுமா...?"

"தெரியாதுங்கய்யா..."

"அதையெல்லாம் கண்டுபிடிக்கத்தான் வந்துருக்கோம்..."

"அய்யா! நான் ஒரு விஷயம் சொன்னா தப்பா நினைச்சுக்க மாட்டீங்களே...?"

"சொல்லு."

"அந்த காணாதது கண்டான் கோட்டையைக் கட்டினது யாரு...? எந்த வருஷம் கட்டினாங்க...? எதுக்காக கட்டினாங்க...? இந்தக் கேள்விகளுக்கெல்லாம் பதில் கண்டுபிடிச்சு என்னய்யா ஆகப்போகுது...? அரசாங்கம் இதுக்காக செலவிடற பணத்தை காட்டுல வாழ்ற ஆதிவாசிகளோட அடிப்படை தேவைகளுக்கு செலவு செய்யலாமே...?"

பத்ரிநாராயணன் புன்னகைத்தார்.

"குருவன்...! நாங்க காரணம் இல்லாம காணாதது கண்டான் கோட்டையை ஆராய்ச்சி பண்ண வரலை... நீ எந்நிக்காவது அந்தக் கோட்டையை பௌர்ணமி வெளிச்சத்துல பார்த்திருக்கியா...?"

"பார்க்காமே என்ன...! நிறைய தடவை பார்த்து

இருக்கேன்யா..."

"பெளர்ணமி வெளிச்சத்துல அந்தக் கோட்டை எப்படி இருக்கும்...?"

"பளிச்சுனு அழகா இருக்கும்...!"

"அவ்வளவுதானா...?"

"அதுக்குமேல என்னங்கய்யா...?"

"நீ ஒண்ணை கவனிக்க மறந்துட்டே...!"

"அய்யா... நீங்க சொல்றது எனக்கு புரியலை."

"இன்னும் ரெண்டு நாள் கழிச்சு பெளர்ணமி வருது. அன்னிக்கு ராத்திரி பெளர்ணமி வெளிச்சத்துல அந்தக் கோட்டையைப் பாரு... உனக்கு ஒரு வித்தியாசம் தெரியும்...!"

"அய்யா...! நான் வருஷக்கணக்கா பார்த்துட்டுதானே இருக்கேன். எனக்கு ஒரு வித்தியாசமும் தெரியலையே...?"

"ஒரு குறிப்பிட்ட நேரத்துலதான் அந்த வித்தியாசம் தெரியும்...!"

"குறிப்பிட்ட நேரம்னா?"

"பெளர்ணமி நிலா, வானத்துல உச்சிக்கு வரும்போது..."

"உச்சிக்கு வரும்போது என்ன வித்தியாசம் தெரியும்...?"

"வர்ற பெளர்ணமி அன்னிக்கு பாரு... வித்தியாசம் தெரியும்...!"

கிழவன் குருவன் கண்களில் இப்போது மிரட்சி, வியப்பு.

"அய்யா! நீங்க எல்லாரும் படிச்சவங்க...! காட்டுக்குள்ளே இருக்க ஒரு சிதிலமான கோட்டையை காரணம் இல்லாமே ஆராய்ச்சி பண்ண வர மாட்டீங்க...! எனக்குத் தெரியாத ஏதோ ஒரு விஷயம் உங்களுக்குத் தெரிஞ்சிருக்கு... அது என்னன்னு

பெளர்ணமி அன்னிக்கு நான் பார்க்கறேன்..."

காட்டில், இருட்டுக்குள் வேன் சீரான வேகத்தில் ஓடிக்கொண்டிருக்க... தொலைதூரத்தில் ஒரு நிழல்படம் மாதிரி காணாதது கண்டான் கோட்டை மரங்களின் இடைவெளியில் தெரிந்தது.

**செ**ன்னை.

டாக்டர் கீர்த்திவாசனின் ஹாஸ்பிடல்.

போலீஸ் கமிஷனர் கார் வேகமாய் வந்து போர்டிகோவில் நிற்க அதிலிருந்து கமிஷனர் சாரங்கபாணி பளபளக்கும் வழுக்கைத் தலையோடு கீழே இறங்கினார்.

உதவி கமிஷனர் பரிமளநாதன் எதிர்கொண்டார். சல்யூட் வைத்து தளர்ந்தார்.

வராந்தாவில் நடந்துகொண்டே சாரங்கபாணி கேட்டார்.

"இறந்துபோன தில்லைராஜனின் உடம்பை பிரேத பரிசோதனை பண்ணியாச்சா...?"

"பண்ணியாச்சு சார்."

"மருத்துவ அறிக்கை என்ன சொல்லுது?"

"இயற்கையான மரணம் சார்..."

"எப்படி?"

"மாரடைப்பு..."

"கொலை முயற்சின்னு சொன்னீங்க?"

"அறிக்கை அப்படி சொல்லலை சார்..."

"தில்லைராஜனோட கணுக்கால் வரைக்கும் ஏறின அந்த 'நீலநிறம்' பத்தி அறிக்கை என்ன சொல்லுது?"

"அந்தக் குறிப்பிட்ட இடத்தில் ரத்தம் நிறம் மாறி இருந்ததால் நீலநிறம் ஏற்பட்டிருக்குன்னு சொல்லுது. சார்... இந்த நீலநிற விஷயத்தில் டாக்டர்களே ரொம்ப குழம்பிப் போயிருக்காங்க சார்..."

"தில்லைராஜனின் உடம்பில் காணப்பட்ட அந்த நீலநிறம் விஷம் கிடையாதா?"

"ஆமா சார்..."

வராந்தாவில் நடையை முடித்துக்கொண்டு லிப்டில் ஏறி, நான்காவது மாடிக்கு பயணித்தார்கள்.

கமிஷனர் கேட்டார். "விஷ தயவியல் நிபுணர் பிரேம்குமார் பத்தி ஏதாவது தகவல் வந்ததா...?"

"இல்லை சார்..."

"பிரேம்குமார் கொலை செய்யப்பட்டிருக்கலாம்னு நினைக்கிறீங்களா?"

"இருக்கலாம் சார். ஏன்னா அவர் பயணம் பண்ணின மோட்டார் பைக்கில் ரத்தக்கறை இருந்தது."

"தில்லைராஜனின் உடம்புல காணப்பட்ட நீலநிறத்துக்கும், பிரேம்குமாருக்கும் என்ன சம்பந்தம் இருக்க முடியும்?"

"எல்லாமே குழப்பமாயிருக்கு சார்... ஆஸ்பத்திரியில தில்லைராஜன் அனுமதிக்கப்பட்ட நிமிஷத்திலிருந்து, இந்த நிமிஷம் வரைக்கும் நடந்த எல்லா சம்பவங்களுமே அதிர்ச்சி அளிக்கக்கூடிய வகையில் இருக்கு சார். இதில் உச்சபட்ச அதிர்ச்சி விஷயம், நவநீதன் சிவசங்கர் பிரதிபா இவங்க மூணு பேருமே தில்லைராஜனுக்கு பிறந்தவங்க இல்லைங்கறதுதான்."

"மரபணு சோதனையில ஏதாவது தவறு இருக்குமோ...?"

"அதை சரிபார்க்கத்தான் அந்த அறிக்கையை மும்பையில்

உள்ள மரபணு சோதனைக்கூடத்துக்கு அனுப்பியிருக்கு சார்..."

"நவநீதன், சிவசங்கர், பிரதிபா இந்த மூணு பேர்களோட நடவடிக்கைகள் எப்படி இருக்கு? மரபணு சோதனை அறிக்கை எந்த அளவில் அவங்களைப் பாதிச்சிருக்கு?"

"நொறுங்கிப் போயிருக்காங்க சார்... மூணு பேருமே அவரோட வாரிசுகள் இல்லை என்கிற தகவலால் கதி கலங்கிட்டாங்க... மரபணு சோதனை முடிவு பொய்ங்கிறது அவங்களோட வாதம்..."

நான்காவது மாடியில் லிப்ட் நின்றது. இருவரும் வெளிப்பட்டு மாடி வராந்தாவில் நடந்தார்கள்.

"தில்லைராஜனோட உடல் எந்த அறைக்குள் இருக்கு?"

"கடைசி அறையில சார்"

ஒரு நிமிட நேரம் நடந்து கடைசி அறைக்குள் நுழைந்தார்கள்.

பிரதிபா அழுதபடி அறை வாசலிலேயே நின்றிருக்க... நவநீதனும், சிவசங்கரும் தலைகளை குனிந்தபடி நாற்காலிகளில் உட்கார்ந்திருந்தார்கள்.

தில்லைராஜனின் உடல் வெள்ளைத் துணியில் சுற்றப்பட்டு மேஜை மேல் கிடத்தப்பட்டு இருந்தது.

கமிஷனர் சாரங்கபாணி, தில்லைராஜனின் உடலை சில வினாடிவரை உற்றுப் பார்த்துவிட்டு, உதவி கமிஷனரிடம் திரும்பினார்.

"மிஸ்டர் பரிமளநாதன்..."

"சார்..."

"தில்லைராஜன் இறந்து எத்தனை மணி நேரமாச்சு?"

"மூணரை மணி நேரம் சார்."

"உடலை வாங்கிட்டுப்போக அவங்க மூணுபேரும் காத்துக்கிட்டு இருக்காங்க இல்லையா...?"

"ஆமா சார்..."

"உடலை இப்போ தராதீங்க."

"ஏன் சார்?"

"காரணம் இருக்கு. பன்னிரண்டு மணி நேரம் கழிச்சுக் கொடுங்க. அதுவரைக்கும் இங்கேயே பாதுகாப்பாய் வைக்க ஏற்பாடு பண்ணுங்க."

"சார்... நவநீதன், சிவசங்கர், பிரதிபா அந்த மூணு பேரும் ஏற்கனவே கோபத்துல இருக்காங்க. பிரேத பரிசோதனை பண்ணியாச்சு... உடலை எப்போ தரப்போறீங்கன்னு சத்தம் போட்டாங்க. நான்தான் நீங்க வரப்போறதை காரணம் காட்டி நிறுத்தி வைச்சிருக்கேன்..."

"இதோ பாருங்க, பரிமளநாதன்! அவங்க சத்தம் போடறதைப்பத்தி கவலையேப் படாதீங்க... பன்னிரண்டு மணிநேரம் உடம்பை வையுங்க... குளிர்சாதன அறை வேண்டாம். சாதாரண அறையிலேயே வையுங்க."

"சார்... அப்படி வெச்சா உடல் கெட்டுப்போய் வாடை வருமே...?"

"வாடை வராமல் இருக்க சென்ட்டை ஸ்பிரே பண்ணுங்க."

பரிமளநாதன் தயக்கமான குரலில் கேட்டார்.

"ச... ச... சார்! எதுக்காக இதெல்லாம்...?"

"உண்மையைக் கண்டுபிடிக்கத்தான்."

"என்ன உண்மையை சார்...?"

"தில்லைராஜன் இயற்கையாய் மரணமடைந்தாரா, இல்லை

விஷம் கொடுத்து கொலை செய்யப்பட்டாரா... இதுதானே இந்த வழக்கில் உள்ள முக்கியமான கேள்வி?"

"ஆமா... சார்..."

"இந்தக் கேள்விக்கு பன்னிரண்டு மணிநேரம் கழிச்சு பதில் கிடைக்கும்."

"எப்படி சார்...?"

கமிஷனர் சாரங்கபாணி சுற்றும்முற்றும் பார்த்துவிட்டு பரிமளநாதனை ஏறிட்டு மர்மப் புன்னகை பூத்தார்.

"பொறுத்திருந்து பாருங்க."

நவநீதன் தன் அறையில் கோபநடை போட்டுக் கொண்டிருக்க, சோஃபாவில் பிரதிபா, சிவசங்கர், குடும்ப டாக்டர் பெருமாள் ஆகியோர் இறுகிப்போன முகங்களோடு உட்கார்ந்திருந்தார்கள்.

தன் கோபநடையை நிறுத்திய நவநீதன், பெருமாளைப் பார்த்து பொரிந்தான்.

"டாக்டர்...! அப்பா இறந்ததுகூட எங்களுக்கு வருத்தமில்லை... நாங்க மூணு பேரும் அவருடைய ரத்தம் இல்லைன்னு மரபணு சோதனை சொல்றதுதான் வருத்தம்... உங்களுக்குத்தான் எங்க குடும்பத்தைப்பத்தி நல்லாத் தெரியுமே, நாங்க உண்மையிலேயே அப்பாவுக்குப் பிறந்தவங்களா, இல்லையா...?"

பெருமாள் மௌனமாகத் தலையை தொங்கப்போட்டபடி உட்கார்ந்திருந்தார்.

"என்ன டாக்டர்... பதிலையே காணோம்?"

கவலைக் கண்களோடு அவர் நிமிர்ந்தார். "நவநீதன்... நீங்க மூணு பேருமே தில்லைராஜனுக்குப் பிறந்தவங்க இல்லைங்கிற செய்தி எனக்கும் அதிர்ச்சியானதுதான்! மரபணு சோதனை அறிக்கையில் ஏதோ தப்பு இருக்குன்னு நினைக்கிறேன். மும்பை சோதனை கூடத்துக்கு போயிருக்கிற அறிக்கை சரிபார்க்கப்பட்டு

இன்னும் ரெண்டு நாளில் வந்துடும்... அதைப் பார்த்த பின்னாடி நாம் இந்த விஷயத்தை பேசலாம்... அதுவரைக்கும்..."

பிரதிபா குறுக்கிட்டாள். "டாக்டர்! அந்த மரபணு சோதனை உண்மையா... பொய்யாங்கிற விஷயம் ஒருபக்கம் இருக்கட்டும்... எங்க குடும்பத்தோட நெருங்கிப் பழகிட்டிருக்கிற உங்களுங்கு எங்க பிறப்பைப் பத்தின தகவல் ஏதாவது தெரியுமா...?"

"எனக்குத் தெரிஞ்சு அப்படி எந்த ஒரு கதையும் இல்லேம்மா... எனக்கென்னமோ அந்த அறிக்கை பொய்னு மனசுக்குப்படுது..."

"இல்லை டாக்டர்!" சிவசங்கர் இடைமறித்தான். "நீங்க ஒரு டாக்டராய் இருந்துகிட்டு மரபணு சோதனை அறிக்கையை குறை சொல்லுறது சரியில்லை... டாக்டர் கீர்த்திவாசன் சென்னையில் இருக்கிற டாக்டர்களில் புகழ் வாய்ந்தவர். அவருடைய ஹாஸ்பிடல் சோதனைக் கூடத்திலிருந்து வெளியே வருகிற எந்த ஒரு அறிக்கையும் தப்பாக இருக்க வழியே இல்லை. மரபணு முடிவு என்பது ஒருவருடைய மானப்பிரச்னை. அதில் எந்த ஒரு பொய்யும், பித்தலாட்டமும் கண்டிப்பாய் இருக்காது... எங்க பிறப்போட ரகசியம் யாரோ ஒருத்தர்க்குத் தெரியப் போய்த்தான் இன்ஸ்பெக்டர் பன்னீர்செல்வத்துக்கு போன் பண்ணி, அப்படி சொல்லியிருக்கான்."

பிரதிபா கோபமாய் சிவசங்கரை ஏறிட்டாள்.

"அண்ணா...! நீ பேசுறது சரியில்லை...!"

"என்ன சரியில்லை...?"

"நீ நம்ம அம்மாவையே சந்தேகப்படறேன்னு நினைக்கிறேன்"

"இப்ப அந்தக் கட்டத்துக்குத்தானே நாம வந்து இருக்கோம்..."

டாக்டர் பெருமாள் கையமர்த்தினார்.

"உங்களுங்குள்ளே இது விஷயமாய் எந்தச் சண்டையும்,

சச்சரவும் வேண்டாம். உங்க பிறப்பில் இருக்கிற சந்தேகம் நிவர்த்தி ஆகணும்னா அதுக்கு ஒரு வழி இருக்கு. ஆனால், அந்த வழி எந்த அளவுக்கு உபயோகமாய் இருக்கும்னு சொல்ல முடியாது.”

நவநீதன், சிவசங்கர், பிரதிபா மூன்று பேரும் நிமிர்ந்தார்கள். அவர்களின் முகங்களில் ஆச்சர்ய அலையடித்தது.

“வழி இருக்கா...?”

“ம்...”

“என்ன வழி டாக்டர்...?”

“நான் உங்க வீட்டுக்கு குடும்ப டாக்டராய் வர்றதுக்கு முன்னாடி, ‘சுப்பையா’ன்னு ஒரு வயசான ஆள் உங்கப்பாவுக்கு விசுவாசமான வேலைக்காரனாய் இருந்தான். நீங்க மூணு பேரும் சின்னச்சின்ன குழந்தைகளாய் இருக்கும்போதே என்ன காரணத்தாலோ வேலையைவிட்டு நின்னுட்டான். அப்படியொரு வேலைக்காரன் கிடைக்கமாட்டான்னு உங்கப்பா தில்லைராஜன்கூட அடிக்கடி என்கிட்டே சொல்லிட்டிருப்பார். அந்தச் சுப்பையாகிட்டே பேசிப்பார்த்தா ஒருவேளை இந்தப் பிரச்னைக்கு தீர்வு கிடைக்கும்னு நினைக்கிறேன்.”

“வயசான ஆள்னு சொல்றீங்க... இத்தனை வருஷத்துக்கு அப்புறம் அவன் உயிரோட இருக்கணுமே டாக்டர்...? அப்படியே அவன் இருந்தாலும் எங்கே போய் தேடுறது...?”

“அந்த சுப்பையா உயிரோடதான் இருக்கான்...”

“என்னது... உயிரோட இருக்கானா...?”

“ஆமா... அவனுக்கு இப்போ கிட்டத்தட்ட எண்பது வயசு. பேத்திக்கு உடம்பு சரியில்லைன்னு போனமாசம் என்கிட்ட கூட்டிட்டு வந்தான். எனக்கு அவனை அடையாளம் தெரியலை... ஆனால் அவன் என்னை அடையாளம் கண்டுபிடிச்சு, ரொம்பவும

சந்தோஷப்பட்டான்... உங்கப்பா எப்படி இருக்காருன்னும் விசாரிச்சான்."

"டாக்டர்...! அந்த சுப்பையா இதே ஊரில்தான் இருக்கானா...?"

"ஆமா...! அவனோட அட்ரஸ் என்கிட்டே இருக்கு. அந்தக் கிழவனை கூட்டிட்டு வந்து முறையா விசாரணை பண்ணினா, நம்ம சந்தேகங்களுக்கு தெளிவு கிடைக்கும்னு நம்புறேன். ஏன்னா... உங்கப்பாகிட்ட விசுவாசமா வேலை பார்த்துகிட்டு இருந்தவன், திடீர்னு வேலையைவிட்டு நிக்க வேண்டிய அவசியம் என்ன...? அந்த காலகட்டத்துல ஏதோ ஒரு சம்பவம் நடந்திருக்கு...!"

பெருமாள் சொல்லிக் கொண்டிருக்கும்போதே டிப்பாயின்மேல் இருந்த தொலைபேசி ஒலித்தது.

பக்கத்தில் இருந்த நவநீதன் எடுத்துப் பேசினான்.

"ஹலோ..."

"நான் போலீஸ் உதவி கமிஷனர் பரிமளநாதன்..."

"சொல்லுங்க சார்..."

"நீங்க உடனடியா வந்து, உங்க அப்பா உடலை வாங்கிட்டுப் போகலாம்."

"உம்பை பன்னிரண்டு மணி நேரம் வெச்சு இருக்கீங்க... என்ன உண்மையை கண்டுபிடிச்சீங்கன்னு நாங்க தெரிஞ் சுக்கலாமா...?"

"நாங்க சந்தேகப்பட்டது சரிதான். உங்கப்பா விஷம் கொடுத்துதான் கொலை செய்யப்பட்டிருக்கார்..."

"அவர் உயிரோடு இருக்கும்போது தெரியாத உண்மை இப்ப மட்டும் எப்படி தெரிஞ்சது சார்...?"

"உடம்பில் உயிர் இருக்கும்போது சிலவகை விஷங்கள் தன் சுயரூபத்தைக் காட்டாம ஊமை வேஷம் போடும். உயிர்போய் உடலின் செல்கள் சிதிலமடையும்போது விஷத்தன்மை வெளிப்பட்டே ஆகும்ங்கிறது தடயவியல் விதி...! அந்த விதி, உங்கப்பாவோட விஷயத்தில் உண்மையாகி இருக்கு... அவருடைய மரணம் இயற்கையானது அல்ல, கொலை! அவர் யாராலோ விஷம் கொடுத்து கொலை செய்யப்பட்டிருக்கார். அந்த யாரோ, யாருங்கிறதையும் விரைவில் நாங்க கண்டுபிடிச்சிடுவோம்..."

"சார்... நான் ஒண்ணு சொல்லட்டுமா...?"

"என்ன...?"

"அப்பாவோட மரணத்தை தப்பான வழியில் கொண்டுபோய்க்கிட்டு இருக்கீங்க..."

"அது சரியா, தப்பான்னு சீக்கிரமே தெரியும்...! தாமதம் பண்ணாம வந்து பாடியை வாங்கிட்டுப் போங்க... அப்புறம் புதைக்கிறீங்களா... எரிக்கிறீங்களா...?"

"எரிக்கிறதுதான் எங்க வழக்கம்..."

"எதைப் பண்றதா இருந்தாலும் சீக்கிரமா பண்ணுங்க. பாடி ரொம்ப நேரத்துக்குத் தாங்காது..."

மறுமுனையில் பரிமளநாதன் ரிஸீவரை வைத்துவிட... நவநீதன் கோபத்தோடு முனங்கிக்கொண்டே கையிலிருந்த ரிஸீவரை அதனிடத்தில் வைத்தான்.

வைக்கும்போது தான் கவனித்தான். இதயத்துக்குள் மின்சாரம் பாய்ந்தது போன்ற உணர்ச்சி.

அவனுடைய வலது பெருவிரல் லேசான நீலநிறத்தில் இருந்தது.


பறவைகளின் சத்தத்தோடு காட்டுப்பகுதி விடிந்து கொண்டிருக்க, தூக்கம் கலைந்த பத்ரிநாராயணன், கம்பளிப்

போர்வையை விலக்கிக்கொண்டு எழுந்து உட்கார்ந்தார்.

பக்கத்திலேயே வருண், சபா, சுந்தர் போர்வைகளுக்குள் முடங்கி இருந்தார்கள்.

ராத்திரி முழுக்க பயணம் செய்த களைப்பில் தூக்கம் அவர்களை குறட்டையொலியோடு தாலாட்டிக் கொண்டிருந்தது.

பத்ரிநாராயணன் எழுந்து கூடாரத்தைவிட்டு வெளியே வந்தார். வெளியே காத்திருந்த பனிக்காற்று, முகத்தில் மூர்க்கமாய் மோதியது.

பக்கத்து கூடாரத்தில் தங்கி இருந்த மேகலா, ரமா, பொன்மணி மூன்று பேரும் இன்னமும் தூக்கத்தில் இருப்பதற்குரிய அறிகுறிகள் தெரிந்தன.

ஒரு மரத்துக்கு கீழே சுள்ளிகளை போட்டு எரித்து நெருப்பை வளர்த்துக் கொண்டிருந்த கிழவன் குருவன், பத்ரிநாராயணனைப் பார்த்ததும் கறுப்படித்த தன் பற்களைக் காட்டிச் சிரித்தான்.

"எந்திரிச்சுட்டீங்களாய்யா...? இன்னும் கொஞ்ச நேரம் படுத்து தூங்கி இருக்கலாமே...? காட்டுக்குள்ளே வெளிச்சம் வர இன்னும் ரெண்டுமணி நேரமாகும்..."

"முழிப்பு வந்தா அவ்வளவுதான்... இனி தூக்கம் வராது...! ஆமா நீ தூங்கவேயில்லை போலிருக்கே...?"

"நான் ராத்திரியில தூங்கறதே இல்லய்யா...! மத்தியானம் சாப்பிட்டுட்டு படுத்தா ராத்திரி எட்டு மணி வரைக்கும் தூங்குவேன். பல வருஷகாலமா இதே பழக்கம்தான்! குளிருக்கு இப்படி வந்து உட்காருங்கய்யா. 'கணகண'ன்னு இருக்கும்..."

பத்ரிநாராயணன் போய் உட்கார்ந்தார்.

சுள்ளிகளில் படபடவென்று எரிந்து கொண்டிருந்த நெருப்பு, உடம்பில் இருந்த குளிரை விரட்டி அடித்தது.

"குருவன்...!"

"அய்யா..."

"குளிக்கிறதுக்கு வசதியா பக்கத்தில அருவி ஏதாவது இருக்கா...?"

"என்னங்கய்யா... இப்படி கேட்டுட்டீங்க? அதோ அந்த மரத்துக்கு பின்னாடி போய்ப் பாருங்க... பாலாட்டம் ஒரு அருவி கொட்டிட்டு இருக்கும்... மூலிகை கலந்த தண்ணி... குளிச்சா சொகமா இருக்கும்...!"

குருவன், சுள்ளிகளை எடுத்துப் போட்டுக்கொண்டே இருக்க... நெருப்பு ஜுவாலைகள் நாக்குகளை நீட்டியபடி உயர்ந்தன.

அப்போதுதான் அந்த சத்தம் கேட்டது.

"தொம்... தொம்... தொம்... தொம்..."

பத்ரிநாராயணன் திடுக்கிட்டுப்போய் திரும்பிப் பார்த்தார்.

எங்கோ தொலைவிலிருந்து அந்தச் சத்தம் கேட்டது. எங்கே என்று பிடிபடவில்லை.

"குருவன்! அது என்ன சத்தம்...?"

"முரசு கொட்டுறாங்கய்யா..."

"முரசா...? யாரு...?"

"அதோ..."

கொஞ்சம் உயரத்தில் தெரிந்த ஒரு மலைப்பகுதியைக் காட்டினான் குருவன்.

"அந்த இடத்துல ஒரு காட்டுவாசி கும்பல் இருக்குங்கய்யா... உடம்புல துணிமணி இருக்காது. மானத்தை மறைக்க இடுப்புல இலைதழைதான். இப்படி திடீர்னு முரசு சத்தம் கேட்டா அதுக்கு அர்த்தம் என்னான்னு தெரியுங்களாய்யா...?"

"சொல்லு…"

"அந்தக் காட்டுவாசி கும்பல்ல யாரோ செத்துப் போயிட்டாங்கன்னு அர்த்தம்… இனி இந்த முரசு சத்தம் மத்தியானம் வரைக்கும் கேட்கும்…"

"அங்கே போய்ப் பார்க்கலாமா?"

"வேண்டாங்கய்யா…"

"ஏன் வேண்டாம்?"

"அவங்க பழக்க வழக்கமெல்லாம் ஒரு தினுசாய் இருக்கும்…"

"ஒரு தினுசான்னா… எப்படி?"

"அய்யா… ஒருத்தர் செத்துட்டா நம்ம சாதி சனத்துல என்ன செய்வோம்…?"

"புதைப்போம்… இல்லேன்னா எரிப்போம்."

"அவங்க புதைக்கவும் மாட்டாங்க… எரிக்கவும் மாட்டாங்க."

"பின்னே?"

"சொன்னா உங்களுக்கு வயித்தைக் குமட்டும். சொல்லட்டுமா… வேண்டாமா…?"

"சொல்லு… சொல்லு."

"யார் செத்துப் போனாலும் சரி, அவங்க உடம்பைத் துண்டுதுண்டா வெட்டி மாட்டுக்கறியோட கலந்து சமைச்சு, அத்தனை பேரும் சாப்பிட்டுடுவாங்கய்யா…"

"எ… எ… என்னது?"

"ஆமாங்கய்யா… அப்படி சாப்பிட்டா, செத்துப் போனவங்க அவங்கக்கூடவே வாழ்ந்துகிட்டு இருக்கிறதா அர்த்தமாம்…"

பத்ரிநாராயணனுக்கு உண்மையிலேயே வயிற்றைப்

புரட்டிக்கொண்டு வந்தது.

"வணக்கம் சார்..."

பின்பக்கம் குரல் கேட்டுத் திரும்பி பார்த்தார்.

கூடாரத்திலிருந்து சுந்தர், சபா, வருண் வெளிப்பட்டுக் கொண்டிருந்தார்கள். கூடவே மேகலா, ரமா, பொன்மணி.

பத்ரிநாராயணன் அவர்களை நோக்கி வந்தார்.

கேட்டுக்கொண்டிருந்த முரசு சத்தத்துக்கான காரணத்தைச் சொல்லிவிட்டு, சுந்தரை ஏறிட்டார்.

"சுந்தர்... நீங்க ஆறுபேரும் இன்னும் ஒரு மணி நேரத்துக்குள்ளே குளிச்சு தயாராயிடணும்.கோட்டை இங்கிருந்து சரியாய் இரண்டு கிலோமீட்டர். வேனில் போக முடியாது. ஒற்றையடிப் பாதைதான். கோட்டைக்குப் போய்ச் சேர எப்படியும் மூணு மணி நேரமாகும். இன்னும் ஒரு மணி நேரத்துக்குள்ளே தயாராகிப் புறப்பட்டால்தான் பத்து மணிக்காவது கோட்டைக்குப் போய்ச்சேர முடியும்."

"சரி சார்."

"மேகலா..."

"சார்..."

"இன்னிக்கு காலைல சாப்பிடறதுக்கு என்ன...?"

"ரொட்டியும் ஆம்லெட்டும் சார்."

"தயார் பண்ணிடு! நீங்க எல்லாம் பக்கத்தில இருக்கிற அருவிக்கு குளிக்கப் போங்க. நான் வேனல படுத்து தூங்கிட்டு இருக்கிற டிரைவர் மாணிக்கத்தை எழுப்பிட்டு வர்றேன்." சொல்லிவிட்டு கொஞ்சம் தள்ளி நகர்ந்தார்.

ஒரு மரத்திற்குகீழே நிறுத்தியிருந்த வேனை நோக்கிப் போனார், பத்ரிநாராயணன்.

வேனை நெருங்கி அதன் கைப்பிடியை பிடித்தார்.

கை ஈரமாய் பிசுபிசுத்தது. சட்டென்று அந்த வித்தியாசத்தை உணர்ந்தார்.

'என்ன அது...?'

கையை உயர்த்திப் பார்த்தார்.

உலராத ரத்தம்.

<br>

**12**

பத்ரிநாராயணன் தன் கையில் படிந்திருந்த ரத்தக்கறையை விழிகள் உறைய பார்த்துக்கொண்டே மெல்ல பின்வாங்கினார்.

'எப்படி இங்கே ரத்தம்...?'

'வேனுக்கு உள்ளே படுத்துத் தூங்கிக்கொண்டிருந்த டிரைவர் மாணிக்கத்துக்கு ஏதாவது ஆபத்தோ...?'

வேனின் கதவை திறந்து பார்க்க, அவருக்கு பயமாய் இருந்தது. திரும்பிப் பார்த்து, குரல் கொடுத்தார்.

"சுந்தர்! இங்கே வா....! அப்படியே ஒரு நிமிஷம் எல்லாரும் இங்கே வாங்க."

கூடாரத்துக்கு வெளியே நின்று கொண்டிருந்த சுந்தர், சபா, வருண், மேகலா, பொன்மணி, ரமா, குருவன் எல்லோரும் குழப்ப முகங்களோடு ஓடி வந்தார்கள்.

"என்ன சார்...?"

சுந்தர் முதல் ஆளாய் பத்ரிநாராயணனுக்குப் பக்கத்தில் வந்தான். அவர் வேன் கைப்பிடியைக் காட்டினார்.

"இதோ பாரு ரத்தம்...! உள்ளே படுத்து தூங்கிட்டு இருக்கிற டிரைவர் மாணிக்கத்துக்கு ஏதோ ஆபத்து ஏற்பட்டிருக்குன்னு நினைக்கிறேன்... புது ரத்தம், இன்னும் உறையக்கூட இல்லை..."

எல்லோரும் வேன் கதவையே மிரட்சியோடு பார்த்துக் கொண்டிருக்க... வருண் முன்னால் சென்று கதவின் கைப்பிடியைப் பற்றி இழுத்தான்.

வேனின் உள்ளே

யாருமில்லை!

நீளமான இருக்கை ஒன்றில் போர்வையும் தலையணையும் மட்டும் கோணல் மாணலாய் கிடந்தன.

"சார்... ஆளைக் காணோம்!"

எல்லோரும் டிரைவர் மாணிக்கம் எங்கே என்று சுற்றும்முற்றும் பார்த்துக் கொண்டிருக்க... ரமா கத்தினாள். குரலில் பனிக்கட்டியின் குளிர்.

"சார்... இங்க பாருங்க..."

நடுக்கத்தோடும் பயத்தோடும் ரமா கை காட்டிய பக்கம் எல்லோரும் பார்க்க... பக்கத்தில் இருந்த பாறைத்திட்டில் ரத்தத்துளிகள் தெரிந்தன. அதில் எறும்புகள் மொய்த்தன. எட்டு பேரும் பதற்றமாய் பாறையைச் சூழ்ந்தார்கள். கோணல்மாணலாக ரத்தத்துளிகள்.

பாறையைத் தொடர்ந்து பக்கத்தில் இருந்த குற்றுச்செடிகளில் மேலும் இரண்டொரு ரத்தத்துளிகள் தெரிய, அந்தக் குற்றுச்செடிகளை தொடர்ந்து போனார்கள்.

ரத்தத்துளிகள் சிவப்பு ஸ்டிக்கர் பொட்டுகளாய் அங்கொன்றும் இங்கொன்றுமாய் விழுந்து போக்கு காட்டிக்கொண்டே போயிற்று.

எல்லோரும் எகிறும் இதயத்துடிப்புகளோடு பின்தொடர்ந்தார்கள்.

ஐம்பது மீட்டர் தூரம் குற்றுச்செடிகளுக்கு நடுவில் நடந்தபிறகு ரத்தத்துளிகள் காணாமல் போயிற்று.

பத்ரிநாராயணன் யோசனையாய் தாடையை தடவிக்கொண்டு, கவலையாய் சுற்றும்முற்றும் பார்த்தார்.

எங்கேயும் ரத்தத்துளிகள் பார்வைக்கு கிடைக்கவில்லை.

வருணும், சுந்தரும் பக்கத்தில் வந்தார்கள்.

"சார்... நாங்க வேணும்னா இதே வழியாய் கொஞ்சதூரம் காட்டுக்குள்ளே போய் மாணிக்கம் என்ன ஆனான்னு பார்த்துட்டு வரட்டுமா சார்...?"

கிழவன் குருவன் குறுக்கிட்டான்.

"தம்பிகளா...! நீங்க நினைக்கிறபடி இந்தக் காட்டுக்குள்ளே போக முடியாது. செந்நாய் கூட்டம் திடீர்னு எதிர்ப்பட்டுட்டா உங்களால ஒண்ணும் பண்ண முடியாது... அதே மாதிரி யானைகளும் அதிகம். எந்த மிருகம் ஓடினாலும், நடந்தாலும் கொஞ்சமாவது சத்தம் கேட்கும்... ஆனா யானை விஷயத்துல சத்தம் கேட்காது. யானை நம்ம முதுகை வந்து தொடறவரைக்கும் நமக்குத் தெரியாது. இதனாலதான் யானைகள்கிட்ட சிக்கி செத்துப்போறவங்க அதிகம். யானை இப்படி சத்தம் இல்லாமே நடக்கிறதுக்கு காரணம், அதோட பாதங்கள் பூராவும் கொழுப்பு நிறைஞ்சு பஞ்சுமாதிரி இருக்கிறதுதான்..."

பத்ரிநாராயணன், குருவனிடம் திரும்பினார்.

"நீ சொல்றது சரிதான்! ஆனாலும் மாணிக்கத்தோட நிலைமை என்னன்னு தெரிஞ்சுக்கிறதுக்காகவாவது காட்டுக்குள்ளே போய் தேடிப் பார்த்துத்தானே ஆகணும்...?"

"மாணிக்கத்துக்கு என்ன நடந்து இருக்கும்ணு நான் சொல்லட்டுங்களாய்யா...?"

"சொல்லு."

"ராத்திரியில ஏதாவது ஒரு மிருகம் வந்து அடிச்சு தூக்கிட்டு போயிருக்கும்..."

"அப்படி இருந்தா சத்தம் கேட்டிருக்குமே?"

"இதோ பாருங்கய்யா... காட்டு மிருகங்களைப் பத்தி உங்களுக்கு சரியா தெரியாது. புலியும், சிறுத்தையும் மனுஷன்மேல பாய்ஞ்சு முன்னங்காலாலே ஒரு அடி அடிச்சா, அதே நொடியில உயிர் போயிடும். மாணிக்கம் அவசரத்துக்கு ஒதுங்கறதுக்காக வேனைவிட்டு இறங்கி இருக்கலாம். அப்ப, புலியோ சிறுத்தையோ மேல பாய்ஞ்சு இழுத்துட்டுப் போயிருக்கலாம்..."

பொன்மணி குறுக்கிட்டு பத்ரிநாராயணனிடம் திரும்பினாள்.

"சார்! மாணிக்கம் காணாமப் போனதுக்கு மிருகம் காரணமாய் இருக்கும்னு எனக்குத் தோணலை... வேனோட கதவு கைப்பிடியில ரத்தம் இருக்கு. மாணிக்கத்தை மிருகம் இழுத்துட்டுப் போயிருந்தா கைப்பிடியில் எப்படி ரத்தம் வரும்...? இந்தக் காட்டில இருக்கிற யாரோ ஒரு நபரால மாணிக்கத்துக்கு ஆபத்து வந்து இருக்குன்னு நினைக்கிறேன். நாம முயற்சி எடுத்து தேடிப்பார்த்தா கண்டிப்பா கண்டுபிடிச்சிடலாம்..."

குருவன் எல்லோரையும் மௌனமாய் ஒரு பார்வை பார்த்துவிட்டு "அப்படியொரு சந்தேகம் இருந்தா உங்கள்ல யாராவது ஒருத்தர் என்கூட வாங்க... காட்டுக்குள்ளே போய் பார்த்துட்டு வந்துடலாம்..." என்றான்.

ஏழு பேரும் ஒருவரை ஒருவர் பார்த்துக் கொண்டார்கள். எல்லோருடைய கண்களிலும் பயம்...! பயம்...!!

குருவன் புன்னகைத்தான். "என்ன பேச்சையே காணோம்...?"

வருண் முன்னால் வந்தான்.

"நான் வர்றேன்... கிளம்பு."

"தம்பி! யோசனை பண்ணிச் சொல்லுங்க. இது ஒண்ணும்

விளையாட்டுக் காரியமில்லை...! டவுன் ரோட்ல நடக்கிறமாதிரி காட்டுக்குள்ளே நடக்க முடியாது.”

“இதுல யோசனை பண்ண ஒண்ணுமே இல்லை... டிரைவர் மாணிக்கம் எங்களோட வந்த ஆள். அவருக்கு ஏதாவது ஆபத்துன்னா அந்த ஆபத்து எங்களுக்கும் வந்தமாதிரிதான். நட...! காட்டுக்குள்ளே போய் பார்த்துட்டு வந்துடலாம்.”

குருவன், பத்ரிநாராயணனிடம் திரும்பினான்.

“அய்யா...! தம்பியைக் கூட்டிக்கிட்டு காட்டுக்குள்ளே போயிட்டு வரட்டுங்களா...?”

“போனா ஏதாவது யூஸ் இருக்குமா...?”

“அதை எப்படிங்கய்யா சொல்ல முடியும்...? உள்ளேபோய் பாத்தாதான் தெரியும். மிருகம் ஏதாவது அடிச்சுப் போட்டிருந்தா உடனே தெரிஞ்சிடும்... நீங்க சரின்னு சொன்னா தம்பியைக் கூட்டிட்டு போறேன். இல்லைன்னா வேணாம்...”

“வருண்! நீ என்ன நினைக்கிறே...?”

“சார்... யோசனை பண்ணிக்கிட்டும் பேசிக்கிட்டும் இருக்க நேரமில்லை. நானும், குருவனும் காட்டுக்குள்ளே கொஞ்ச தூரமாவது போயிட்டு வந்துடறோம்... குருவன்...! நீ கிளம்பு.”

இருவரும் புறப்பட்டார்கள்.

மற்றவர்கள் பார்த்துக் கொண்டிருக்கும்போதே குற்றுச்செடிகளுக்கு நடுவில் நடந்து, பெரிய மரங்களுக்கு பின்னால் மறைந்தார்கள் குருவனும் வருணும்.


**சென்னை** ஹாஸ்பிடல்.

டாக்டர் கீர்த்திவாசனுக்கு முன்னால் நவநீதன், பிரதிபா, சிவசங்கர் மூன்று பேரும் கவலையும் பதற்றமுமாய் உட்கார்ந்திருந்தார்கள்.

பக்கவாட்டு நாற்காலியில் பெருமாள் தெரிந்தார். கீர்த்திவாசன் சொல்லிக் கொண்டிருந்தார்.

"மிஸ்டர் நவநீதன்! உங்களோட வலக்கை கட்டைவிரல்ல படிஞ்சிருக்கிற இந்த நீலநிறம் உங்க உயிரைப் பறிச்சிடுமோன்னு நீங்க பயப்பட வேண்டாம்... ஆங்கில மருத்துவத்துல இதை குணப்படுத்த முடியாது. ஆனா சித்த வைத்தியத்தால இந்த விஷத்தை முறியடிக்க வாய்ப்பு இருக்கலாம்... நீங்க விருப்பப்பட்டா போன் பண்ணி எனக்குத் தெரிஞ்ச சித்த வைத்தியர் ஒருத்தரை வரவழைக்கிறேன்..."

பிரதிபா கண்ணீரோடு குறுக்கிட்டாள்.

"டாக்டர்! அண்ணனை உயிர்பிழைக்க வைக்க நீங்க என்ன முடிவு எடுத்தாலும் எங்களுக்கு சம்மதம்தான். அப்பாவோட நிலைமை அண்ணனுக்கும் வந்துடக்கூடாது..."

"சித்த வைத்தியத்தில் இதை குணப்படுத்த முடியுமான்னு எனக்கும் தெரியாது... எல்லா விஷங்களையும் முறியடிக்கிற சக்தி சித்தமருந்துகளுக்கு இருக்குன்னு கேள்விப்பட்டிருக்கேன். எதுக்கும் அந்த வைத்தியர்கிட்டே பேசிப் பார்க்கலாம்..." சொன்ன கீர்த்திவாசன், தன் செல்போனை எடுத்து சில எண்களைத் தட்டினார்.

மறுமுனையில் மணிச்சத்தம் கேட்டு ரிசீவர் எடுக்கப்பட்டதும் கேட்டார்.

"முத்துக்கண்ணப்பர் வைத்தியசாலையா...?"

"ஆமா..."

"அவர்கிட்ட கொஞ்சம் பேசணும்..."

"நீங்க...?"

"டாக்டர் கீர்த்திவாசன்னு சொல்லுங்க..."

சில வினாடி இடைவெளிக்குப்பின், வைத்தியர் முத்துக்கண்ணப்பரின் குரல் கேட்டது.

"வணக்கம் டாக்டர்...! ரொம்ப நாளைக்கப்புறம் உங்க போன்...! ஏதாவது முக்கியமான விஷயமா...?"

"ஆமா... இப்ப நீங்க ஓய்வா இருக்கீங்களா...?"

"சொல்லுங்க டாக்டர்.... என்ன விஷயம்...?"

கீர்த்திவாசன் இரண்டு நிமிடநேரத்தை செலவழித்து, உடம்பில் தோன்றிய நீலநிறத்தால் தில்லைராஜன் இறந்து போனதையும், இப்போது அதே நீலநிறம் நவநீதனின் வலக்கை பெருவிரலில் இருப்பதையும் சொன்னார். முத்துக்கண்ணப்பர் மறுமுனையில் செவிமடுத்துவிட்டு கேட்டார்.

"பாதிக்கப்பட்ட அந்த நவநீதன் இப்போ உங்க பக்கத்துலதான் இருக்காரா...?"

"எதிரில்தான் உட்கார்ந்துட்டிருக்கார்..."

"அந்த நீலநிறம் அவர் உடம்பில வேற பகுதியில எங்கேயாவது இருக்கா டாக்டர்...?"

"இல்லை."

"சரி! உடனடியாய் அவரை என் வைத்தியசாலைக்கு கொண்டு வாங்க... நேர்ல அவரை பார்த்தபின்னாடிதான், அதுக்கு மருத்துவம் பார்க்க முடியுமா... இல்லையான்னு சொல்லமுடியும்."

"நாங்க உடனே புறப்பட்டு வர்றோம். ஆங்கில மருத்துவத்துல குணப்படுத்த முடியாத இந்த நோயை உங்களை நம்பித்தான் கொண்டு வர்றோம்..." கீர்த்திவாசன் சொல்ல, வைத்தியர் முத்துக்கண்ணப்பர் சிரித்தார்.

"சித்தவைத்தியம், மத்த வைத்தியங்கள் மாதிரி இல்லை...

அது ஒரு ஞான வைத்தியம். நோயாளிக்கு தெய்வ அனுக்கிரஹம் இருந்தால் மட்டுமே, அந்த வைத்தியம் பலன் கொடுக்கும். ஆளைக் கூட்டிட்டு வாங்க... பார்க்கலாம்.''

காரில் சரியாய் ஒரு மணி நேர பயணம்.

நகர எல்லையைத் தாண்டியிருந்த ஒரு தென்னந்தோப்புக்குள் இருந்தது, முத்துக்கண்ணப்பரின் சித்த மருத்துவசாலை.

கற்சட்டிகளில் மூலிகைகள் அரைபடும் மணமும், காய்ச்சப்படும் தைல எண்ணெய்களின் நெடியும் காற்றில் கலந்து மூச்சை அடைத்தன.

வைத்தியர் முத்துக்கண்ணப்பருக்கு எழுபது வயது இருக்கலாம். உடம்புக்கு பால்போன்ற கதராடை கொடுத்திருந்தார். தாடியும் மீசையும் அதே நிறம். அந்த வயதிலும் பல்வரிசை பிறழாமல் இருந்தது. நெற்றியில் பூசியிருந்த விபூதி சவ்வாதுபோல மணத்தது.

விரித்துப்போட்ட ஈச்சம்பாயில் கீர்த்திவாசன், பெருமாள், பிரதிபா, சிவசங்கர், நவநீதன் எல்லோரும் உட்கார்ந்திருக்க... முத்துக்கண்ணப்பர் நவநீதனின் வலக்கை பெருவிரலைப் பிடித்துப் பார்த்தார்.

சிலவினாடி கண்மூடி யோசனை செய்துவிட்டு, நவநீதனிடம் நிமிர்ந்தார்.

''விரலில் வலி இருக்கா?''

''இல்லீங்கய்யா...''

''விரல் மரத்துப்போன உணர்வு?''

''இல்லீங்கய்யா...''

முத்துக்கண்ணப்பர் கீர்த்திவாசனை ஏறிட்டார்.

''டாக்டர்! இவரோட உடம்புக்குள்ள ஊடுருவி இருக்கிறது சர்ப்பகந்தி விஷம்.''

“சர்ப்பகந்தி விஷமா...?”

“ஆமா. அது ஒருவகையான விஷ மூலிகை. அந்தச் செடிகளின் இலைகளைவிட வேர் கடுமையான விஷத்தன்மை கொண்டது. அந்த வேரை காய வெச்சு பொடி செய்து, ஏதாவது பானத்தில் கலந்து இவருக்கு குடிக்கக் கொடுத்திருக்கணும்...!”

“அந்த விஷம், ரத்தத்துல கலந்து இப்பத்தான் தன் வேலைய மெல்ல காட்ட ஆரம்பிச்சிருக்கு... இவர் சின்னவயசா இருக்கிறதால உடம்பு அந்த விஷத்தை எதிர்த்து போராடிகிட்டு இருக்கு... போராட்டம் நீடிக்கிற வரையில இவருக்கு வலி தெரியாது. உடம்புல எந்த பாதிப்பும் இருக்காது. ஆனா, போராட்டத்தில் இறுதி வெற்றி யாருக்குத் தெரியுமா...? சர்ப்பகந்தி விஷத்துக்குத்தான்...! உடல் சோர்வடையும்போது, கட்டை விரல்ல இருக்கும் இந்த நீலநிறம் மற்ற விரல்களுக்குப் பரவும். அதுக்கப்பறம் மணிக்கட்டு, முழங்கை என்று வேகமாய்ப் பரவி இதயத்தை நோக்கி நகரும்...” கேட்டுக்கொண்டிருந்த நவநீதனுக்கு உடம்பெல்லாம் வியர்த்துக்கொட்ட ஆரம்பித்தது.

சித்த வைத்தியர் முத்துக்கண்ணப்பர் சொன்னதைக்கேட்டு நவநீதனும் மற்றவர்களும் உறைந்துபோய் நிற்க, அவர் வெண்ணிறதாடியைக் கோதிக்கொண்டு புன்னகைத்தார். அவனுடைய தோள் மேல் ஆதரவாய் கை வைத்தார்.

"பயப்படாதீங்க தம்பி...! யார் செஞ்ச புண்ணியமோ தெரியலை... சரியான நேரத்துக்கு என்கிட்ட வந்துட்டீங்க... உங்களை காப்பாத்த என் சித்த வைத்தியத்துல மருந்து இருக்கு...!"

பிரதிபா, வைத்தியரைப் பார்த்து கையெடுத்துக் கும்பிட்டாள்.

"அய்யா! என் அண்ணனை சீக்கிரமா குணப்படுத்துங்கய்யா... உங்களுக்கு எவ்வளவு பணம் வேணும்ன்னாலும்..."

"பணமா...?" வைத்தியர் சிரித்தார்.

"நான் பணம், காசு சம்பாதிக்கிறதுக்காக வைத்தியம் பார்க்கலேம்மா... உன் அண்ணனைக் குணப்படுத்தின பிறகு அதோ... ஒரு உண்டியல் தெரியுதே அந்த உண்டியல்ல வேணும்ன்னா உனக்கு இஷ்டப்பட்டதை போட்டுட்டு போம்மா."

டாக்டர் கீர்த்திவாசன் குறுக்கிட்டார்.

"அய்யா! நவநீதனுக்கு தாமதம் பண்ணாமே சிகிச்சையை

உடனடியா ஆரம்பிங்க... விஷம் விரலிலிருந்து மற்ற பாகங்களுக்கு பரவிடப்போகுது.”

“என்கிட்ட வந்தபிறகு எதுக்காகவும் நீங்க பயப்பட வேண்டியது இல்லை” தாடிக்குள் சிரித்த வைத்தியர், வீட்டின் உட்பக்கம் பார்த்து குரல் கொடுத்தார்.

“பூபதி...”

அடுத்தவினாடி அறையின் உள்ளேயிருந்து ஒரு இளைஞன் வெளிப்பட்டான். இடுப்பில் வேட்டி மட்டும் இடம்பிடித்திருக்க, தலையில் அடர்த்தியான குடுமி. நெற்றியில் விபூதிப்பட்டையும், மார்பில் உத்திராட்ச மாலையும் பளிச்சென்று இடம்பிடித்திருந்தன. வைத்தியரை வணங்கி நின்றான்.

“அய்யா....”

“ஒரு தம்ளர் பசும்பாலும், சர்ப்பகந்தி வேரும் கொண்டு வா...”

அவன் தலையாட்டிவிட்டு பின்வாங்கிப் போனான்.

அந்த நிமிடம் முடிவதற்குள் ஒரு கண்ணாடி தம்ளரில் பாலும், ஆறு அங்குல நீளம்கொண்ட காய்ந்த ஒரு வேரையும் கொண்டு வந்தான்.

வேரை கையில் வாங்கிய வைத்தியர், அதை எல்லோருக்கும் காட்டியபடி சொன்னார்.

“இதுதான் நான் சொன்ன சர்ப்பகந்தி வேர். இந்த வேரோட வீரியம் எப்படிப்பட்டதுங்கிறதை நீங்க இப்போ பார்க்க போறீங்க...!” சொன்னவர் அந்த வேரை தம்ளருக்குள் இருந்த பாலுக்குள் மூழ்க வைத்தார். எல்லோரும் பாலையே பார்த்துக் கொண்டிருக்க

ஒரு நிமிடம்...

இரண்டாவது நிமிடம்...

மூன்றாவது நிமிடத்தின் ஆரம்பத்தில் பாலில் லேசாய் அந்த நீலநிறம் தெரிந்தது. நான்காவது நிமிடம் நிறத்தின் அடர்த்தி கூடியது. ஐந்தாவது நிமிடம்.

தண்ணீரில் மையை கரைத்ததுபோல் பால் முழுவதும் கெட்டியான நீலநிறமாய் மாறியது.

வைத்தியர் சிரித்தார்.

"பார்த்தீங்களா, சர்ப்பகந்தி வேரோட வேலையை. இந்தப் பாலை யாராவது குடிச்சா... உடனடியா ஆள் இறந்துமாட்டாங்க. இந்தப் பால் உடம்பு முழுவதும் பரவி ரத்த ஓட்டத்தில் கலந்து பன்னிரண்டு மணி நேரம் கழித்து காலின் கட்டை விரலிலோ, கையின் கட்டை விரலிலோ மெதுவாய் தன்னை வெளிப்படுத்தும். உடம்பின் அடிப்படை செல்களைத் தாக்கி மரணத்தை உண்டாக்கும்...!"

எல்லோரும் அந்தப் பாலையே மேலும் பயமாய் பார்த்துக் கொண்டிருக்க, வைத்தியர் மறுபடியும் உட்பக்கம் பார்த்து குரல் கொடுத்தார்.

"பூபதி..."

"அய்யா...."

"அந்த நஞ்சுமுறிஞ்சான் பட்டையை கொண்டா..."

பூபதி ஒரு சிறிய மண்சட்டியோடு வெளியே வந்தான். அதிலிருந்து விரல் நீளம் கொண்ட, இளஞ்சிவப்புநிற பட்டையை எடுத்துக் கொடுத்தான். வைத்தியர் அதை வாங்கி பாலில் போட்டார்.

சரியாய் ஐந்தே நிமிடம்.

பால், நீலநிறத்திலிருந்து விடுபட்டு மெல்ல மெல்ல

வெண்மை நிறத்துக்கு மாறியது.

"அற்புதம்...!" என்றார் கீர்த்திவாசன்.

வைத்தியர் அண்ணாந்து சிரித்தார். "உண்மையிலேயே இது அற்புதம்தான். சித்தர்கள் கண்டுபிடித்த மருந்து புதையல்கள் இவை. இந்த தெய்வீக மூலிகைகளை நாம் முறையோடு உபயோகப்படுத்தி வந்தால் மனிதனின் ஆயுளை ஐநூறு ஆண்டு வரைக்கும் நீட்டிக்க முடியும். பாம்பாட்டிச் சித்தர், அழுகுணி சித்தர், குரம்பைச் சித்தர் போன்றவர்கள் நீண்டகாலம் வாழ்ந்துவிட்டுச் சென்றதற்கான ஆதாரங்கள் பழங்காலப் பாடல்களில் உண்டு." வைத்தியர் சொல்லிவிட்டு, பால் தம்ளரில் இருந்த நஞ்சுமுறிஞ்சான் பட்டையை எடுத்து நவநீதனிடம் நீட்டினார்.

"தம்பி! இதை வாங்கி கடைவாயில வையுங்க. உமிழ்நீர் கசப்பாய் சுரக்கும். அதை விழுங்குங்க. கஷ்டமா இருக்குனு துப்பிடாதீங்க. விழுங்கப்பட்ட உமிழ்நீர், ரத்தத்துல கலந்தாதான் விஷம் முறியும். கட்டைவிரலில் படிஞ்சிருக்கிற நீலநிறம் மறையும்."

நவநீதன் அந்தப் பட்டையை வாங்கி கடைவாய்க்கு கொடுத்தான். அடுத்த வினாடியே ஒரு கொத்து வேப்பிலையை மென்றமாதிரியான உணர்வில் வாய் கசந்து போயிற்று. உமிழ்நீர் உடனடியாய் சுரந்து வாய் முழுவதும் நிரம்ப, சிரமப்பட்டு விழுங்கினான் நவநீதன்.

கீர்த்திவாசன் வைத்தியரிடம் குனிந்தார்.

"அய்யா! பெரிய மனசு பண்ணி இன்னொரு உதவியையும் பண்ணனும்."

"சொல்லுங்க..."

"நவநீதன், சிவசங்கர், பிரதிபா இந்த மூன்று பேர்களோட அப்பா தில்லைராஜன் இதே நீலநிறத்தால் பாதிக்கப்பட்டு, நாங்க

சிகிச்சை கொடுத்துட்டிருக்கும்போதே இறந்துட்டார். எனக்கு அந்த நேரத்துல உங்க ஞாபகம் வரலை... வந்திருந்தா கண்டிப்பா இங்கே கொண்டு வந்துருப்போம். அய்யா! இந்தக் குடும்பத்துமேல யாருக்கோ, என்னவோ கோபம் இருக்கு. அதான் சர்ப்பகந்தி வேரை உபயோகப்படுத்தி ஒவ்வொருத்தரையும் தீர்த்துக்கட்ட நினைக்கிறாங்க. அவங்க யாருன்னு கண்டுபிடிக்க போலீஸ் முயற்சி எடுத்தாலும், நீங்க நினைச்சா எங்களுக்கு உதவ முடியும்...!"

"சொல்லுங்க டாக்டர்... நான் என்ன செய்யணும்?"

"அய்யா! சர்ப்பகந்தி வேரை உபயோகப்படுத்தி பாலை விஷமாக்கிக் காட்டினீங்க. அதேமாதிரி இன்னொரு மூலிகைப்பட்டையை உபயோகப்படுத்தி அந்தப் பாலில் இருக்கிற விஷத்தை முறிச்சும் காட்டினீங்க...! இந்த மாதிரியான மூலிகைகள் உங்ககிட்ட இருக்கிறமாதிரி வேறு யார்க்கிட்ட இருக்கும்னு சொல்ல முடியுங்களாய்யா?..."

வைத்தியர் பெரிதாய் சிரித்தார்.

"டாக்டர்! நீங்க எதுக்காக இந்தக் கேள்வியைக் கேட்கறீங்கன்னு எனக்கு நல்லாவே புரியுது. தில்லைராஜனோட குடும்பத்தை அடியோடு தீர்த்துக்கட்ட, வேறு யாரோ ஒருத்தர் இந்த சர்ப்பகந்தி வேரை உபயோகப்படுத்துறாங்க. அவங்க யாருன்னு தெரிஞ்சுக்கத்தானே இந்தக் கேள்வி...?"

"ஆமாங்கய்யா..."

"நல்லவேளை என்மேல உங்களுக்குச் சந்தேகம் வரலை... இந்த சர்ப்பகந்தி வேர் அவ்வளவு சுலபத்துல கிடைச்சுடாது... பௌர்ணமி நாட்களில் மட்டும் இந்த மூலிகைச்செடி, தான் இருக்கிற இடத்தை பூச்சிகளுக்குத் தெரியப்படுத்துறதுக்காக ஒருவகையான வாசனையை வெளியிடும். அந்த வாசனையும் குறிப்பிட்ட நேரத்துக்கு மட்டும்தான். பெரும்பான்மையான சித்த வைத்தியர்கள்கிட்ட இந்த சர்ப்பகந்தி வேர் இருக்காது.

அதுமட்டுமல்ல... இது எல்லாக் காட்டுப்பகுதிகளிலும் கிடைக்காது. தமிழ்நாட்டில் ஏன் இந்தியாவிலேயே ஒரேஒரு காட்டுப்பகுதியில்தான் இந்த சர்ப்பகந்தி வேர் கிடைக்கும்."

கீர்த்திவாசன் நிமிர்ந்து உட்கார்ந்தார்.

"அது எந்தக் காட்டுப்பகுதிங்னு சொல்ல முடியுங்களாய்யா...?"

வைத்தியர் ஒரு வினாடி கண்களை மூடி, திறந்துவிட்டு சொன்னார். "காணாதது கண்டான் காடு."


**கா**ணாதது கண்டான் காட்டுப்பகுதிக்குள் காலை வெளிச்சம் மெல்லமெல்ல பரவிக் கொண்டிருக்க... பத்ரிநாராயணன், சுந்தர், சபா, மேகலா, பொன்மணி, ரமா ஆகியோர் அங்கிருந்த பாறை ஒன்றின்மேல் உட்கார்ந்திருந்தனர்.

காட்டுக்குள் மாணிக்கத்தை தேடப்போன வருணையும், குருவனையும் எதிர்பார்த்து நேரத்தைக் கடத்திக் கொண்டிருந்தார்கள்.

நேரம் கரைந்து கொண்டிருந்தது.

காட்டுப்பறவைகள் கூச்சல் போட்டுக் கொண்டிருக்க

தொ...லை...வி...ல்

அடர்ந்த மரங்களுக்கு மத்தியில், காணாதது கண்டான் கோட்டை பனியில் சிக்கி பாலிதீன் பையில் மாட்டிக்கொண்ட தினுசில் தெரிந்தது.

பத்ரிநாராயணன் தனது பதற்றத்தைத் தணித்துக்கொள்ள ஒரு சிகரெட்டை பற்ற வைத்துக்கொண்ட வினாடி

அவருடைய செல்போன் கிணுகிணுத்தது.

எடுத்து யார் பேசுவது என்று பார்த்தார்.

அவருடைய மகள் சாகித்யா.

"அப்பா..."

"சொல்லு சாகித்யா! வாக்கிங் போயிட்டு வந்துட்டியா?"

"இப்ப... மெரீனா பீச்ல வாக்கிங் போயிட்டுத்தான் இருக்கேன். காணாதது கண்டான்காடு எப்படி இருக்குப்பா...?"

"அழகும், ஆபத்தும் நிறைஞ்சு இருக்கு..."

"அப்பா! நீங்க வீட்டைவிட்டு கிளம்பிப்போன கொஞ்சநேரத்துக்குள்ள யாரோ ஒருத்தன் எனக்கு போன் பண்ணினான். போன் பண்ணி..." சாகித்யா தயங்க... பத்ரிநாராயணன் கேட்டார்.

"போன் பண்ணி...?"

"பயமுறுத்தற மாதிரி பேசினான்..."

"என்ன பேசினான்...? சொல்லு."

"உன்னோட அப்பா வேண்டாத வேலையெல்லாம் பண்ணிட்டு இருக்கார். அவரை காட்டைவிட்டு உடனே புறப்பட்டு வரச்சொல்லு. இல்லேன்னா..."

"இல்லேன்னா..."

"உன்னோட கல்யாணத்துக்கு அட்சதை போட்டு ஆசிர்வாதம் பண்ண, உங்கப்பா உயிரோட இருக்க மாட்டாருன்னு சொன்னான்..."

"அதுக்கு நீ என்ன சொன்னே...?"

"நான் கல்யாணமே பண்ணிக்கப் போறதில்லைனு சொல்லிட்டு, ரிஸீவரை வச்சுட்டேன்..."

பத்ரிநாராயணன் சிரித்தார்.

"என்னை மாதிரியே என் பொண்ணும் தைரியசாலின்னு அந்த புண்ணாக்குக்கு தெரியலை போலிருக்கு...!"

"சரிப்பா! காட்டுக்குள்ளே கவனம்! நான் மறுபடியும் சாயந்தரம் போன் பண்றேன்..." சாகித்யா செல்போனை அணைத்துவிட, பத்ரிநாராயணன் கவலை முகத்தோடு பாறையில்

சாய்ந்து உட்கார்ந்தார்.

கிட்டத்தட்ட ஒரு மணி நேரம் கரைந்தபோது தொலைவில் அந்தச் சத்தம் கேட்டது. எல்லோரும் திரும்பிப் பார்த்தார்கள்.

குருவன், மரங்களுக்கு நடுவில் குற்றுச்செடிகளை மிதித்தபடி ஓட்டமும், நடையுமாய் வந்து கொண்டிருந்தான். முகத்தில் பதற்றம், கண்களில் கலக்கம், மிரட்சி.

பத்ரிநாராயணன் பாறையைவிட்டு கீழே குதித்தார். ''என்ன... குருவன் இப்படி ஓடி வர்றான்?''

''என்னவோ நடந்திருக்கு சார்?''

''இவன் மட்டும் வர்றான்... வருணைக் காணோமே...?''

''அதானே?''

குருவன் அவர்களை நெருங்கினான். அவனுடைய கறுப்பு முகத்தில் வெள்ளமாய் வியர்வை. மூச்சு இறைத்ததில் மார்பு தூக்கிப்போட்டது. வரண்டுபோன உதடுகளை ஈரப்படுத்திக்கொண்டு அவசரக்குரலில் கேட்டான்.

''வருண் தம்பி வரலையா...?''

பத்ரிநாராயணன் கோபமாய் அவனை ஏறிட்டார்.

''குருவன்! நீ என்ன சொல்றே? நீயும், வருணும்தானே டிரைவர் மாணிக்கத்தைத் தேடிக்கிட்டு காட்டுக்குள்ளே போனீங்க! இப்ப நீ மட்டும் திரும்பி வந்து 'வருண் வரலையா'ன்னு கேட்டா என்ன அர்த்தம்...?''

''அய்யா! நானும், வருண் தம்பியும் காட்டுக்குள்ளே அரை மைல் தூரம் போயிருப்போம்... மூங்கில் பள்ளத்துக்கிட்ட போய்க்கிட்டு இருந்தப்ப எதிர்ல ஒரு யானை எதிர்ப்பட்டு எங்களை துரத்த ஆரம்பிச்சது... யானைக்கிட்டேயிருந்து தப்பிக்கிற வழி வருண் தம்பிக்கு தெரியாததால யானையோட கவனத்தை என் பக்கம் திருப்பி, என்னை மட்டும் துரத்தும்படியா பண்ணிட்டேன்.

117

வேற பக்கமா ஓடிப்போன தம்பி எப்படியும் இங்கே வந்து சேர்ந்துடும்னு நினைச்சேன்."

"வருண் வரலையே...?"

"இங்கே வர்றதுக்கு வழி தெரியலையோ என்னவோ...?"

"இப்ப என்ன பண்றது குருவன்? எல்லாருமா காட்டுக்குள்ள போய் பார்த்துட்டு வந்துடலாமா...? வருணுக்கு இந்தக் காட்டுப்பகுதி புதுசு. மாணிக்கத்தைத் தேடப்போய் வருண் ஏதாவது ஆபத்துல மாட்டிக்கப் போறான்..."

பத்ரிநாராயணன் சொல்லிக் கொண்டிருக்கும்போதே மேகலா பதற்றமாய் குரல் கொடுத்தாள்.

"ச.. ச.. சார்..."

"என்ன மேகலா...?"

"அ... அ... அங்கே பாருங்க..."

மேகலா கைகாட்டிய பக்கம் எல்லோரும் பார்த்தார்கள்.

டிரைவர் மாணிக்கம் வந்து கொண்டிருந்தான்.

# 14

டிரைவர் மாணிக்கம் வந்து கொண்டிருந்ததைப் பார்த்ததும், பத்ரிநாராயணன் உட்பட அனைவரும் வியப்பில் உறைந்துபோய் அப்படியே நின்றார்கள்.

மாணிக்கம் லேசாய் மூச்சிரைத்தபடி அவர்களை நெருங்கினான்.

அவன் அணிந்திருந்த உடைகள் கிழிபட்டு, அதில் ரத்தம் தோய்ந்திருந்தது. நெற்றி, கன்னம், மோவாய்ப் பகுதியில் சின்ன சின்னதாய் ரத்தக் காயங்கள் தெரிந்தன.

எல்லோரும் அவனைச் சூழ்ந்தார்கள்.

"மாணிக்கம்! உனக்கு என்னாச்சு...?"

"இத்தனை நேரமா எங்கே போயிருந்தே...?"

"வா... மொதல்ல இப்படி வந்து உட்காரு."

"மேகலா! சீக்கிரமா போய் ஒரு வாட்டர் பாட்டில் கொண்டு வா..."

மாணிக்கம் பெருமூச்சை விட்டுக்கொண்டு அங்கிருந்த பாறைத்திட்டின்மேல் உட்கார்ந்தான்.

தனக்கு முன்னால் நீட்டப்பட்ட தண்ணீர் பாட்டிலை வாங்கி, அதில் இருந்த பாதி தண்ணீரை வயிற்றுக்கு வார்த்துக்

கொண்டவன், பத்ரிநாராயணனைப் பார்த்து மெல்லிய குரலில் பேச ஆரம்பித்தான்.

"சார்... விடிகாலை நாலு மணி இருக்கும். வேனுக்குள் நல்லா தூங்கிட்டிருந்தேன். திடீர்னு வெளியே ஏதோ சத்தம் கேட்டுச்சு... நான் தூக்கம் கலைஞ்சு எழுந்து உட்கார்ந்தேன். பேச்சுக்குரல் கேட்டமாதிரி இருந்துச்சு... நீங்க தான் பேசுறீங்களோன்னு நினைச்சு வேன் கதவைத் திறந்துகிட்டு வெளியே வந்தேன் சார்... தலையில் பலமா ஒரு அடி விழுந்தது. ரத்தம் கொட்டிச்சு. தலையை அழுத்திப் பிடிச்சுக்கிட்டு, அடிச்சது யாருன்னு பார்த்தேன் சார்... ஒரு உருவம் கறுப்பு கம்பளியை போர்த்திக்கிட்டு நின்னுக்கிட்டிருந்தது. நான் பயந்துபோய் வேனுக்குள்ள ஏற முயற்சி பண்ணினேன். என்னோட பின்னந்தலையில் மறுபடியும் அடி விழுந்தது. எனக்கு கண்ணை இருட்டிக்கிட்டு வந்ததால் அப்படியே மயக்கமா விழுந்துட்டேன் சார். யாரோ என்னை தோளில் தூக்கிப் போட்டு நடக்கிறமாதிரி இருந்தது. எனக்கு மறுபடியும் நினைவு வந்தப்ப ஒரு புதருக்குள்ளே குப்புற விழுந்து கிடந்தேன். என்னை கொண்டுவந்து போட்டது யாருன்னு தெரியலை. சுத்திமுத்திப் பார்த்தேன்... யாரும் என்னோட பார்வைக்குத் தட்டுப்படலை... மெல்ல எந்திரிச்சு நடக்க ஆரம்பிச்சேன். உடம்பு முழுக்க வலி இருந்தாலும் அதைப் பொறுத்துக்கிட்டு நடந்து வந்தேன். நடுவுல வழி தெரியாம கொஞ்சநேரம் குழம்பினேன்... அதுக்கப்புறம் ஒரு பாறை மேல ஏறி நின்னு காணாதது கண்டான்கோட்டை எந்தப்பக்கமா தெரியுதுன்னு பார்த்துட்டு அதே திசையில நடந்து வந்தேன் சார்.."

பத்ரிநாராயணன் கேட்டார்.

"மாணிக்கம்! வர்ற வழியில நீ யாரையும் பார்க்கலையா...?"

"பார்க்கலை சார்..."

"வருண்...?"

"யாரையும் பார்க்கலை... வருண் எதுக்காக காட்டுக்குள்ளே போனார்?"

"உன்னைத் தேடிக்கிட்டு குருவனும், வருணும் காட்டுக்குள்ளே போனாங்க... யானை துரத்துனதுல ரெண்டு பேரும் உயிர் தப்ப வெவ்வேறு திசையில் ஓடியிருக்காங்க... குருவன் தப்பிச்சு வந்துட்டான். வருணோட நிலைமை என்னாச்சுன்னு தெரியலை..."

"எல்லாரும் காட்டுக்குள்ளே போய் பார்க்கலாமா சார்?"

"வேண்டாம்! மறுபடியும் அந்த தப்பை பண்ண வேண்டாம்."

"அப்படீன்னா வருணோட நிலைமை...?"

"அவனாவே வரட்டும்"

"வருணோட உயிருக்கு ஏதாவது ஆபத்து ஏற்பட்டிருந்தா?"

"அதுக்கு நாம என்ன பண்ண முடியும்? இந்த காணாதது கண்டான்கோட்டை ஆராய்ச்சிக்காக ஊரிலிருந்து புறப்படும்போதே எல்லாரும் 'ஆபத்தான பயணம்'னு கையெழுத்துப்போட்டு அரசாங்கத்திடம் கொடுத்துட்டு தான் வந்துருக்கோம். காட்டில் யாராவது ஒருத்தர் காணாமல் போனாலோ, உயிருக்கு ஆபத்து ஏற்பட்டாலோ அதைக் காரணம் காட்டி ஆராய்ச்சிப் பணிகளை நிறுத்திட்டு, ஊர் திரும்பக் கூடாது. இந்த விதிக்கு நாம எல்லாருமே கட்டுப்பட்டிருக்கோம். மாணிக்கம் உயிரோட திரும்பி வந்தமாதிரி இன்னும் கொஞ்ச நேரம் கழிச்சு வருணும் திரும்பி வரலாம் இல்லையா? அதனால் வருணைப்பத்தி இனிமே கவலைப்படறதை விட்டுட்டு நம்ம வேலையைப் பார்ப்போம். இன்னும் ஒரு மணி நேரத்திற்குள்ளே எல்லாரும் குளிச்சிட்டுத் தயாராயிடணும்!" என்றவர் திரும்பினார்.

"சுந்தர்!"

"சார்..."

"மாணிக்கத்தைக் கூடாரத்துக்குக் கூட்டிட்டுபோய் அவனோட காயங்களுக்கு மருந்து போடு. க்ளுக்கோஸ் ஒரு தம்ளர்ல கலந்து கொடு."

சுந்தர் தலையாட்டிவிட்டு மாணிக்கத்தை எழுப்பி நடக்க வைத்து, கூடாரத்தை நோக்கி கூட்டிப்போனான்.

கூடாரத்துக்குள் உட்கார வைத்து முதல் உதவிப்பெட்டியை எடுத்து பஞ்சை கொஞ்சம் கிள்ளிக்கொண்டு, மாணிக்கத்தின் முகத்தில் ரத்தம் தோய்ந்த இடங்களைத் துடைத்தான்.

பிறகு டியூப்பில் இருந்த மருந்தை பிதுக்கிக் கொண்டவன், கூடாரத்துக்கு வெளியே பார்வையை போட்டுவிட்டு மாணிக்கத்தைப் பார்த்து புன்னகைத்தான். கிசுகிசுப்பான குரலில் கேட்டான்.

"என்ன மாணிக்கம்! வருணை முடிச்சிட்டியா...?"

மாணிக்கம் பதிலுக்கு புன்னகைத்தான்.

வெளியே எட்டிப் பார்த்துவிட்டு பேசினான்.

"முடிச்சுட்டேன்! ஆனா அவனோட பெரிய சண்டையே போட வேண்டியிருந்தது. பார்க்கிறதுக்குத்தான் ஆள் ஒல்லியாய் இருந்தான். அவனோட ஒவ்வொரு அடியும் இடி மாதிரி இருந்தது. என்னோட மூஞ்சியைப் பாரு... எவ்வளவு காயம்! நான் கொஞ்சம் ஏமாந்திருந்தா என்னைப் போட்டுத் தள்ளியிருப்பான்."

"சரி! வருணோட பாடியை என்ன பண்ணினே...?"

"இடுப்பில் ஒரு பெரிய கல்லைக் கட்டி, யானை விழுங்கிக் குளத்துல போட்டுட்டேன்."

"உடம்பு வெளியே வந்துடாதே?"

"அது சகதிக் குளம்... எந்த ஜென்மத்திலும் வெளியே வராது. இப்போ புதுசா அந்த சகதிக் குளத்துக்கு ரெண்டு முதலைகள் வேற வந்திருக்கு..."

"வசதியா போச்சு மாணிக்கம். அடுத்ததா அந்தக் குளத்துக்கு யாரை அனுப்பலாம்...?"

"மேகலா?"

"நானும் அவளைத்தான் நினைச்சிட்டிருக்கேன்"


சித்த வைத்தியர் முத்துக்கண்ணப்பன் சொன்னதைக் கேட்டு நவநீதன், சிவசங்கர், பிரதிபா, பெருமாள், கீர்த்திவாசன் ஆகியோர் குழப்ப முகங்களோடு ஒருத்தரையொருத்தர் பார்த்துக் கொண்டார்கள்.

"என்ன பேர் சொன்னீங்கய்யா...?"

"அது காணாதது கண்டான் காடு..." சொல்லிவிட்டு தொடர்ந்தார் முத்துக்கண்ணப்பர்.

"அந்த ஒரு காட்டுக்குள்ளேதான் சர்ப்பகந்தி மாதிரியான மூலிகைகள் கிடைக்கும். தமிழ் நாட்டுக்குள்ளே எத்தனையோ சித்த வைத்தியர்கள் இருக்காங்க. அவங்களில் யார்கிட்டேயாவது இந்த சர்ப்பகந்தி மூலிகை இருந்து, அவங்களை யாராவது பணம் கொடுத்து பயன்படுத்தி உங்க குடும்பத்தை பழி தீர்க்க நினைச்சிருக்கலாம்."

பிரதிபா குறுக்கிட்டுக் கேட்டாள். "அய்யா! அந்த சித்த வைத்தியர் யாருன்னு எப்படி கண்டுபிடிக்கிறது...?"

"கண்டுபிடிக்க ஒரு வழி இருக்கு...!"

"என்ன வழிய்யா...?"

"தமிழ்நாட்டில் இருக்கிற சித்த வைத்தியர்களெல்லாம் சேர்ந்து ஒரு சங்கம் ஏற்படுத்தி இருக்காங்க... அந்த சங்கத்தலைவரோட பெயர் சிவகுருநாதர். பூந்தமல்லியில சித்தமருத்துவசாலை நடத்திட்டு வர்றார். அவர்கிட்டபோய் பேசினா உங்களுக்குத்

தேவையான விவரங்கள் கிடைக்கும்...!"

சிவசங்கர், வைத்தியர் முத்துக்கண்ணப்பரை ஏறிட்டான். "அய்யா! நாங்களும் சரி, எங்கப்பாவும் சரி... யாருக்கும் எந்த துரோகமும் பண்ணினதில்ல... எதுக்காக எங்களை கொலை செய்ய நினைக்கிறாங்கன்னு தெரியல..."

முத்துக்கண்ணப்பர் சிரித்தார். "இந்த உலகத்தில் காரணம் இல்லாம எந்த ஒரு காரியமும் நடக்காது. ஏதோ தப்பு பண்ணி இருக்கீங்க... அதனால பாதிக்கப்பட்ட யாரோ உங்களை சர்ப்பகந்தி மூலிகை மூலமா கொலை செய்ய நினைக்கிறாங்க... அதுல முதல் பலி உங்கப்பா...! ரெண்டாவதா உங்க அண்ணன் நவநீதனை, அதே விஷமூலிகை மூலமா தீர்த்துக்கட்ட முடிவு பண்ணி இருக்காங்க... நல்லவேளயா என்கிட்ட கொண்டுவந்ததால அவரைக் காப்பாத்த முடிஞ்சது. உங்களுக்கு வேண்டாத நபர் யாரோ ஒரு சித்த வைத்தியரை கையில் போட்டுக்கிட்டு இந்தக் காரியத்தைப் பண்ணி இருக்காங்க..."

டாக்டர் கீர்த்திவாசன், முத்துக்கண்ணப்பரிடம் நிமிர்ந்தார்.

"அய்யா! உங்ககிட்ட ஒரு சந்தேகம் கேட்கலாமா...?"

"ம்... கேளுங்க..."

"தில்லைராஜன் வலக்கால் கட்டைவிரல் நீலநிறமாய் மாறி ஆஸ்பத்திரியில இருந்தப்ப 'நீலநிலா'ன்னு ஒரு வார்த்தையை எழுதிக் காட்டினார். அந்த வார்த்தைக்கு என்ன அர்த்தம்னு இதுவரை எங்களால கண்டுபிடிக்க முடியலை... உங்களுக்கு ஏதாவது பிடிபடுதாய்யா...?"

முத்துக்கண்ணப்பர் சிலவினாடிகள் கண்மூடி, பின் திறந்தார். பேசினார்.

"பௌர்ணமி நாளில் நிலாவுக்கு சக்தி அதிகம். இந்த சக்தியை மகான்களும், சித்தர்களும், தங்களுடைய ஆன்மீக பலத்தை அதிகப்படுத்துறதுக்காக பயன்படுத்திக்கிட்டாங்க.

ஆனா இன்னைக்கு இந்த கலிகாலத்தில் இருக்கிற சில பேர், பௌர்ணமிநாளை தீய காரியங்களை செய்ய பயன்படுத்துறாங்க. அப்படிப்பட்டவங்கதான் பௌர்ணமி நாளை 'நீலநிலா'ன்னு மறைமுகமா சங்கேத வார்த்தையால் சொல்வாங்க. தில்லைராஜன் 'நீலநிலா'ன்னு எழுதிக்காட்டினது ஒரு பௌர்ணமி நாளைத்தான். இன்னும் ரெண்டுநாள்ல பௌர்ணமி வருது. அந்தநாளைக் கூட அவர் குறிப்பிட்டிருக்கலாம்..."

"அய்யா! நீங்க சொல்றதைப் பார்த்தா இன்னும் ரெண்டு நாள்ல வரப்போற பௌர்ணமியில ஏதாவது ஆபத்து வரும்போல தெரியுதே...?"

"வரலாம்! அதை எச்சரிக்கை பண்ணத்தான் உங்கப்பா 'நீலநிலா'ன்னு எழுதிக்காட்டி இருப்பாருன்னு நினைக்கிறேன். உங்க வீட்டுல என்ன பிரச்னைகள் இருக்குன்னு எனக்குத் தெரியாது. ஆனால் ஏதோ ஒரு பெரிய பிரச்னை இருக்கப்போய்தான் இப்படிப்பட்ட மோசமான சம்பவங்கள் நடந்துட்டிருக்கு..."

நவநீதன் குறுக்கிட்டான். "அய்யா! நீங்க சொன்னதுமாதிரி எங்க வீட்ல இப்போ ஒரு விபரீத பிரச்னை முளைவிட்டிருக்கு. அது எந்தக் குடும்பத்துக்கும் ஏற்படக்கூடாத பிரச்னை... அதை உங்ககிட்ட சொல்லலாங்களாய்யா...?"

"ம்... சொல்லுங்க."

"அய்யா! நானும் என்னோட தம்பி சிவசங்கரும், தங்கை பிரதிபாவும் எங்க அப்பாவுக்கு பிறந்தவங்க இல்லைன்னு மரபணு அறிக்கை சொல்லுது...! இது எங்க இதயத்துல இடி இறங்கியது மாதிரி இருக்கு... மரபணு அறிக்கை பொய் சொல்லாதுன்னு டாக்டர்கள் சொல்றாங்க. இந்த கசப்பான உண்மைக்கும், 'நீலநிலா'ங்கிற வார்த்தைக்கும் ஏதாவது சம்பந்தம் இருக்கலாங்களாய்யா?"

"இருக்கலாம்! ஆனா எனக்கொரு சின்ன சந்தேகம். அதைக் கேக்கலாமா...?"

"கேளுங்கய்யா..."

"நீங்க மூணு பேரும் உங்கப்பா தில்லைராஜனுக்குப் பிறந்தவங்க இல்லைங்கிற விஷயம் வெளியே வர யார் காரணம்...?"

"அது யாருன்னு தெரியலீங்கய்யா... போலீஸ் இன்ஸ்பெக்டருக்கு யாரோ போன் பண்ணி, எங்க மூணு பேர்ல யாரோ ஒருத்தர், எங்க அப்பாவுக்குப் பிறக்கலைன்னு சொல்லி இருக்கான். அது உண்மையா, பொய்யான்னு தெரிஞ்சிக்கிறதுக்காக எங்க மூணு பேருக்கும் மரபணு சோதனை நடத்தினோம்... அந்த சோதனையில இந்த உண்மை வெளியே வந்துச்சு..."

"சரி, இன்ஸ்பெக்டருக்கு போன் பண்ணினது யாரு...?"

"அது யாருன்னு தெரியல..."

சித்தவைத்தியர் சின்னதாய் ஒரு புன்னகை செய்தார்.

"போன் செஞ்ச நபர் யார்னு கண்டுபிடிச்சா போதும்... எல்லா உண்மைகளும் வெளியே வந்துரும்...!"

"அய்யா! இருபத்தஞ்சு வருஷத்துக்கு முன்னாடி சுப்பையான்னு ஒருத்தன் எங்க வீல்ல வேலை பார்த்துட்டிருந்தான்... அப்பாகிட்ட விசுவாசமாய் இருந்த அவன், திடீர்னு ஒருநாள் வேலையைவிட்டு நின்னுட்டான்... அவனை விசாரிச்சா உண்மைகள் ஓரளவுக்கு வெளிச்சத்துக்கு வரும்னு நினைக்கிறோம்..."

"அந்த சுப்பையா இப்போ எங்கே இருக்கான்னு தெரியுமா...?"

"தெரியும்! டாக்டர் பெருமாள் அவனைப் பார்த்து பேசியிருக்கார். வீட்டு முகவரியும் தெரியும்...!"

"மொதல்ல அவனைப்போய் பாருங்க. வயசான ஆள்... செத்துகித்து போயிடப்போறான்..."

எல்லோரும் எழுந்தார்கள். நவநீதன் மட்டும் வைத்தியர் காலில் விழுந்து கும்பிட்டான்.

"அய்யா! என் உயிரைக் காப்பாத்தின உங்களை என்னிக்கும் மறக்க மாட்டேன்..."

"தம்பி! சரியான நேரத்துல நீங்க என்கிட்ட வந்ததால காப்பாத்த முடிஞ்சது... இனிமே உங்களுக்கு ஆயுள் கெட்டி! போயிட்டு வாங்க. எந்தப் பண்டத்தை சாப்பிடுறதா இருந்தாலும், அதுல கொஞ்சத்தை எடுத்து முதலில் பாலில் போட்டுப் பாருங்க. பால் நீலநிறமா மாறிட்டா, அதுல சர்ப்பகந்தி விஷம் கலந்திருக்குன்னு அர்த்தம்."

சித்தவைத்தியர் முத்துக்கண்ணப்பர் எழுந்து பக்கத்து அறைக்குப் போனார். சுவர் அலமாரியில் இருந்த செல்போனை எடுத்தார். சில எண்களை வேகமாக தட்டிவிட்டு யாரிடமோ பேசினார்.

"நீலநிலா எங்கே எங்கேன்னு தேடிக்கிட்டிருந்தோமே அது இருக்கிற இடம் தெரிஞ்சிடுச்சு... நீ உடனே புறப்பட்டு வா!"

சிந்தாதிரிப்பேட்டையை நோக்கி கார் போய்க்கொண்டிருக்க...
அதில் டாக்டர் பெருமாள், நவநீதன், சிவசங்கர், பிரதிபா ஆகியோர்
இறுக்கமான முகங்களோடு உட்கார்ந்திருந்தார்கள்.

காரை ஓட்டிக் கொண்டிருந்த நவநீதன் கேட்டான்.

"டாக்டர்! அந்த சுப்பையா இன்னமும் அதே அட்ரஸ்லதான்
இருப்பானா... இல்லை மாறிப்போயிருப்பானா?"

"அதே அட்ரஸ்லதான் இருப்பான்னு நினைக்கிறேன். ஏன்னா
போன மாசம்தான் பேத்திக்கு உடம்பு சரியில்லைன்னு என்கிட்ட
வந்தான். அவ்வளவு சீக்கிரத்துல வீடு மாறியிருக்க மாட்டான்."

"எந்தத் தெரு...?"

"காளியம்மன் கோயில் தெரு, பால் பூத்துக்கு பக்கத்துல
வீடுன்னு சொன்னான்...."

கார், சிந்தாதிரிப்பேட்டையின் குறுகலான சந்துகளில் பயணம்
செய்து, காளியம்மன் கோயில் வீதிக்குள் நுழைந்தது. பால்பூத்
பக்கத்தில் வந்து, சுப்பையா வீடு எது என்று விசாரித்தபோது
நான்கு வீடுகள் தள்ளியிருந்த ஒரு ஓட்டுவீட்டைக் காட்டினார்கள்.

கார், அந்த வீட்டுக்கு முன்பாய் போய் நின்றது.

வாசல் திண்ணையில் உட்கார்ந்திருந்த எண்பது வயது

சுப்பையா, தன் நெற்றிக்கு மறைவாய் கை வைத்து, யார் வருகிறார் என்று பார்க்க... காரிலிருந்து முதல் ஆளாய் இறங்கிய பெருமாள், அவனுக்குப் பக்கத்தில் போய் நின்றார்.

மெதுவாகக் கேட்டார். "என்ன சுப்பையா.... என்னைத் தெரியுதா...?"

அவரைக் கண்கள் இடுங்க பார்த்த சுப்பையா, சட்டென்று முகம் மலர்ந்தான்.

"டாக்டர் அய்யா... நீங்களா! வாங்க... வாங்க" சொல்லிக்கொண்டே தடுமாற்றமாய் எழுந்து நின்றான்.

பெருமாள், சுப்பையாவின் தோளைப் பற்றிக் கொண்டார்.

"நல்லா இருக்கியா சுப்பையா...?"

"நல்லா இருக்கேன்யா..."

"உன்னோட பேத்திக்கு உடம்பு சரியாயிடுச்சா...?"

சுப்பையா வாயில் இருந்த மிச்சப்பற்களில் சிரித்தான். "நீங்க கொடுத்த அந்த ரெண்டுவேளை மருந்தோட உடம்பு சரியாயிடுச்சுய்யா... அன்னிக்கு எதிர்பாராமே உங்களைப் பார்த்ததுல எனக்கு ரொம்ப சந்தோஷமய்யா."

"சரி சுப்பையா! என்கூட யார் வந்திருக்காங்கனு பார்த்தியா...?"

அவருக்குப் பின்னால் நின்றிருந்த நவநீதன், சிவசங்கர், பிரதிபா மூன்று பேர்களையும், வியப்பாய் பார்த்தான் சுப்பையா.

"யாருன்னு தெரியலையேய்யா..."

"நல்லாப் பார்த்துச் சொல்லு..."

சுப்பையா அவர்களைப் பார்த்துவிட்டு, தீர்க்கமாய் தலையாட்டினான். "தெரியலீங்கய்யா! உங்க பொண்ணும், புள்ளைகளும்னு நினைக்கிறேன். சரிங்களாய்யா...?"

"இல்ல சுப்பையா... இவங்க மூணுபேரும் உன்னோட பழைய முதலாளி தில்லைராஜனோட குழந்தைகள். இவர் நவநீதன், இவர் சிவசங்கர், இந்தப் பொண்ணு பிரதிபா..."

சுப்பையாவின் கண்களில் நீர் மின்னியது.

"அப்படிங்களாய்யா...!" என்று கேட்டுக்கொண்டே கைகளைக் குவித்தான்.

"இருபத்தஞ்சு வருஷங்களுக்கு முன்னாடி சின்னச்சின்ன குழந்தைகளாய் உங்களைப் பார்த்தது...! காலம் எவ்வளவு வேகமா முசல் கணக்கா ஓடுது...!"

பெருமாள், அவன் தோள் மேல் வைத்த கையை எடுத்தார்.

"சுப்பையா! இவங்க மூணுபேரும் உன்னைப் பார்த்து பேசணும்ங்கிறதுக்காக வந்திருக்காங்க..."

"உள்ளே வாங்கய்யா...!" சொல்லிவிட்டு அந்த சிறிய வீட்டுக்குள் நுழைந்தான் சுப்பையா.

எல்லோரும் அவனை பின்தொடர்ந்தார்கள்.

ஒரு நீளமான பெஞ்சை இழுத்துப்போட்ட சுப்பையா "வசதிக் குறைவான வீடு... காத்தும் சரியா வராது.... பொறுத்துக்கணும்" என்றான்.

எல்லோரும் உட்கார்ந்தார்கள்.

"ஏதாவது சாப்பிடுறீங்களாய்யா...?"

"அதெல்லாம் ஒண்ணும் வேண்டாம் சுப்பையா... நாங்க உன்கிட்ட வந்ததே ஒரு முக்கியமான காரியத்தைப்பத்தி பேசறதுக்காகத்தான்...!"

"சொல்லுங்கய்யா... என்ன விஷயம்?"

"இவங்க அப்பா தில்லைராஜன்கிட்டே ரொம்ப காலமா வேலை பார்த்தவன் நீ. இவங்க மூணுபேரும் சின்னக்குழந்தைகளாய்

இருந்தப்ப திடீர்னு வேலையைவிட்டு நின்னுட்டே... அதுக்கு என்ன காரணம்னு சொல்ல முடியுமா...?"

சுப்பையாவின் முகம் சட்டென்று இருட்டுக்குள் விழுந்தது.

"அந்த பழைய கதையெல்லாம் இப்ப எதுக்குங்கய்யா...? என்னமோ வேலை பிடிக்கலை.... விட்டுட்டேன். இதைக் கேக்கிறதுக்காகவா... இத்தனை தூரம் இந்தக் கிழவனைத் தேடிட்டு வந்திருக்கீங்க...!"

"இதோ பாரு சுப்பையா! இது சாதாரண கேள்வியில்ல... இந்த கேள்விக்கு பின்னாடி பெரிய மர்மம் ஒளிஞ்சிட்டிருக்கு...! பெரியவர் தில்லைராஜன் இப்போ உயிரோட இல்லை. இது தெரியுமா உனக்கு...?"

அவன் திக்கென்று அதிர்ந்து பார்த்தான்.

"என்னது... பெரியவர் போயிட்டாரா.... எப்போ...?"

"இன்னியோட நாலு நாளாச்சு..."

"எப்படீங்கய்யா...?"

"அவரை விஷம் வெச்சு யாரோ கொலை பண்ணியிருக்காங்க..."

"ஆ...ஆ...ஆ..."

தன் நெஞ்சில் இரண்டு கைகளையும் வைத்து, கண்களில் அதிர்ந்தான், சுப்பையா.

"என்ன கொடுமைங்கய்யா இது...?"

"சுப்பையா! அவர் இறந்ததுகூட கொடுமை கிடையாது... இதைவிட கொடுமையான செய்தி ஒண்ணு இப்போ வெளியே வந்திருக்கு... அது என்ன தெரியுமா...?"

"சொ... சொல்லுங்கய்யா..."

"நவநீதன், சிவசங்கர், பிரதிபா மூணுபேரும் தில்லைராஜனுக்குப் பிறந்தவங்க கிடையாதுங்கிற கசப்பான உண்மைதான் அது...!"

"என்னங்கய்யா இது... ரொம்ப நாளைக்கப்புறம் வராதவங்க வந்து அடிவயிறு கலங்கிறமாதிரி ஏதேதோ சொல்லிட்டிருக்கீங்க...?"

"இதோ பாரு சுப்பையா... தில்லைராஜன் கொலை செய்யப்பட்ட விவகாரத்தில போலீஸ் தீவிர விசாரணையில இறங்கியிருக்கு...! இவங்க மூணுபேரும் தில்லைராஜனுக்குப் பிறந்தவங்க இல்லைன்னு மருத்துவ அறிக்கை உறுதியா சொல்லிட்டால போலீஸோட சந்தேகம் இவங்க மூணுபேர் மீதும் திரும்பியிருக்கு...! போலீஸாரால் இவங்களுக்கு பிரச்னை வர்றதுக்கு முந்தி, உண்மைகள் வெளியே வந்துட்டா பரவாயில்லை... அந்த உண்மைகள் உன் மனசுக்குள்ளேதான் புதைஞ்சுகிடக்குங்கிற உண்மையும் எனக்குத் தெரியும்"

"அ... அய்யா...!"

"பயப்படாம உண்மையைச் சொல்லு சுப்பையா...!"

"அய்யா... அது... அது... வந்து..."

சுப்பையா தயங்க, பிரதிபா கையெடுத்துக் கும்பிட்டாள்.

கண்களில் நீர் சிதறியது.

"நீங்க பெரியவங்க... எங்கம்மா உயிரோட இருந்தப்ப அந்த வீட்டுல வேலைக்கு இருந்திருக்கீங்க... நடந்தது என்னன்னு உங்களுக்குத் தெரியாம இருக்காது... தயவுபண்ணி எதையும் மறைக்காம சொல்லுங்க..."

சுப்பையா தன் தொண்டையில் எதுவோ மாட்டிக்கொண்ட உணர்வோடு எல்லோரையும் தயக்கப்பார்வை பார்க்க, பெருமாள் மெல்ல அவனுடைய கையைப் பற்றினார்.

"சொல்லு...!"

"அய்யா! நீங்க இவ்வளவு வற்புறுத்திக் கேக்கிறதால சொல்ல வேண்டியிருக்கு...! எனிக்குமே, யாருகிட்டேயுமே இதை வெளியே சொல்லக் கூடாதுன்னு நினைச்சிக்கிட்டிருந்தேன் அய்யா... அந்த மருத்துவ அறிக்கை சொன்னது உண்மைதான். இவங்க மூணு பேரும் பெரியவருக்கு பிறந்தவங்க இல்லை..."

நவநீதன் கொந்தளித்துப்போய் நிமிர்ந்தான்.

"அப்படீன்னா எங்களுக்கு அப்பா யாரு...?"

"ஒரு நிமிஷம்..." என்று சொல்லிவிட்டு சுப்பையா எழுந்து, வீட்டுக்குள் மற்றொரு சிறிய அறைக்குள் போனான்.


**கா**ணாதது கண்டான் காட்டுப்பகுதிக்குள் சூரியக்கதிர்கள் சிரமப்பட்டு நுழைந்து வெளிச்சத்தை நிரப்பி வைத்திருக்க, பத்ரிநாராயணன் பயணப்பையை தோளில் மாட்டிக்கொண்டபடி தனக்கு முன்பாய் நின்றிருந்த சுந்தர், சபா, மேகலா, பொன்மணி, ரமா, மாணிக்கம் ஆகியோரைப் பார்த்து உரத்தகுரலில் சொன்னார்.

"வருண், காட்டுக்குள்ளே காணாமப்போனது நமக்கெல்லாம் அதிர்ச்சியான விஷயம்தான். அதுக்காக நாம அதையே நினைச்சு வேதனைப்பட்டுக்கிட்டு இருக்க முடியாது. ஆராய்ச்சி பணியில ஈடுபடும் யாராவது ஒருத்தர் உயிரிழக்க நேர்ந்தால்... அதைப் பொறுப்படுத்தாமல் ஆராய்ச்சிப்பணிகளைத் தொடரணும் என்கிற உறுதியோடதான், நாம சென்னையிலிருந்து புறப்பட்டோம்ங்கிறதை யாரும் மறந்துடக் கூடாது. காணாமப்போன மாணிக்கம் உயிரோட திரும்பி வந்ததுமாதிரி, வருணும் திரும்பி வரலாம்ங்கிற நம்பிக்கை எனக்கு இருக்கு! எல்லோரும் புறப்பட தயார்தானே...?"

"தயார் சார்..."

"சபா..."

"சார்..."

"கேமிரா உன்கிட்டதானே இருக்கு...?"

"ஆமா சார்..."

"பத்திரம்! காணாதது கண்டான்கோட்டைக்கு போறவழியில, சில பாறைகளை ஏறி கடக்க வேண்டியிருக்கும். கவனமாக ஏறணும்... இறங்கணும்..."

"நான் பார்த்துக்கறேன் சார்."

"மாணிக்கம்! உன் தலைக்காயங்கள் இப்போ எப்படியிருக்கு...? உன்னால நடக்க முடியும்ன்னா எங்ககூட வா. இல்லேன்னா கூடாரத்துல படுத்து ஓய்வு எடுத்துக்க. குருவன் வேணும்ன்னா உனக்கு துணைக்கு இருக்கட்டும்."

"இல்ல சார்... காயத்துக்கு இப்போ மருந்து போட்டதுல வலியில்லை... நானும் வர்றேன். காணாதது கண்டான்கோட்டையை பார்க்கணும்..."

"அப்படின்னா சரி! குருவன் புறப்படலாமா...?"

"புறப்படலாங்கய்யா..."

"நீ மொதல்ல வழிகாட்டிட்டு நட. நாங்க பின்னாடியே வர்றோம்..."

புறப்பட்டார்கள்.

காட்டின் மேட்டுப்பாங்கான இடத்தில் இரண்டு கிலோமீட்டர் தூரம் சிரமமாய் நடந்து காணாதது கண்டான்கோட்டையை நெருங்கியபோது நடுப்பகல் பன்னிரண்டு மணி.

சற்றே சிதிலமடைந்த அந்த மண்கோட்டை பல ஏக்கர் பரப்பில் கம்பீரமாய் உட்கார்ந்திருந்தது. கோட்டையின் எல்லா பக்கங்களிலும் உறைந்துபோன அமைதி. மதில் சுவரில்

இரண்டொரு குரங்குகள் மட்டும் சோகத்துடன் உட்கார்ந்திருந்தது.

எல்லோரும் கோட்டை வாயிலை நெருங்கினார்கள்.

வாயிலில் தொல்பொருள் துறையின் அறிவிப்புப்பலகை வைக்கப்பட்டிருக்க, வர்ணம் உதிர்ந்துபோன எழுத்துக்களில் வார்த்தைகள் தெரிந்தன.

'இந்த காணாதது கண்டான்கோட்டை தொல்பொருள் ஆராய்ச்சித்துறைக்குச் சொந்தமானது. விரைவில் இங்கு ஆய்வுப்பணிகள் மேற்கொள்ளப்பட இருப்பதால், இந்தக் கோட்டைக்குள் அந்நியர்கள் யாரும் நுழையக் கூடாது. அத்துமீறி நுழைபவர்கள் சட்டப்படி கடுமையாகத் தண்டிக்கப்படுவார்கள்.'

பத்ரிநாராயணன் பையில் வைத்திருந்த அரையடிநீள இரும்புச்சாவியை எடுத்து, கோட்டைக்கதவில் தொங்கிக் கொண்டிருந்த பூட்டின் வாய்க்கு கொடுத்து நெம்பினார்.

ஒரு நிமிட போராட்டத்துக்குபின் பூட்டு விடுபட்டது.

கதவை எல்லோரும் சேர்ந்து தள்ளினார்கள்.

ஒரு யானையைப்போல் பிளிறிக்கொண்டு கதவு பின்னோக்கி போயிற்று.

அந்தப் பகல் வேளையிலும் கோட்டையின் உள்ளே இருட்டு மண்டிக்கிடந்தது. உள்ளே நுழைந்தார்கள்.

வவ்வால்கள் குறுக்கும் நெடுக்கும் விருட் விருட்டென்று பறக்க, நாற்றம் அடிவயிற்றைப் புரட்டியது.

மேகலா பத்ரிநாராயணனிடம் கேட்டாள்.

"என்ன சார் இந்த பட்டப்பகலிலேயே கோட்டைக்குள் இவ்வளவு இருட்டா இருக்கு...?"

"காணாதது கண்டான் கோட்டையின் சிறப்பு என்ன

தெரியுமா...? இந்த நடுப்பகல் நேரத்துல இவ்வளவு இருட்டாயிருக்கிற கோட்டை இன்னிக்கு ராத்திரி நிலா வெளிச்சத்தில பிரகாசமா இருக்கும்...!"

"அது எப்படி சார்...?"

"அதுதான் இங்கே புரியாத புதிர். அந்த புதிரை விடுவிச்சுப் பார்க்கத்தான் நாம இங்கே வந்துருக்கோம்..."

குருவன் தன் கண்களை வியப்பில் விரித்தான்.

"அய்யா! இந்த காட்டுப்பகுதிக்குள்ளே நானும் எவ்வளவோ தடவை வந்திருக்கேன். கோட்டையை வெளியே இருந்தபடி பார்த்தும் இருக்கேன். ஆனா... இப்ப நீங்க சொல்ற விஷயம் முழுசுமே புதுசா இருக்கு... பகல் நேரத்துல சூரிய வெளிச்சமே உள்ளே வராதப்ப ராத்திரியில நிலா வெளிச்சம் எப்படிங்கய்யா கோட்டைக்குள்ளே வரும்...?"

பத்ரிநாராயணன் சிரித்தார்.

"வரும்! இன்னிக்கு ராத்திரி பார்க்கப்போறோம்..."

டார்ச்சின் அரைகுறை வெளிச்சத்தில் எல்லோரும் மெல்ல நடந்தார்கள். வெளிப்பிரகாரத்தில் பாதிதூரம் நடந்திருந்தபோது

மேகலாவின் வலது பாதத்தை எதுவோ தட்டியது. குனிந்து பார்த்தாள் மேகலா.

இளித்த பல்வரிசையோடு

ஒரு மண்டையோடு!

வேகலாவின் காலில் தட்டுப்பட்டு உருண்ட அந்த மண்டையோட்டைப் பார்த்து எல்லோரும் உறைந்துபோய் நிற்க, குருவன் மட்டும் அதைக் குனிந்து கையில் எடுத்தான். குரூரமாய்ச் சிரித்தான்.

"அய்யா...! இது மனுஷனோட மண்டையோடு கிடையாதுங்கய்யா... ஒரு பெரிய குரங்கோட மண்டையோடு. இந்தக் கோட்டையிலதான் குரங்குகள் அதிகமாய் இருக்கே...!"

பத்ரிநாராயணன் பெருமூச்சு விட்டார்.

"ஒரு வினாடி நானே கதிகலங்கி போயிட்டேன்... இருக்கிற பிரச்னைகள் போதாதுன்னு, இது என்னடா புதுசா மண்டையோடுன்னு நினைச்சேன்...!"

குருவன் கையில் வைத்திருந்த குரங்கின் மண்டையோட்டை ஒரு ஓரமாய் எறிந்துவிட்டுச் சொன்னான்.

"அய்யா.... பொதுவா குரங்குகள் மனுஷங்க மாதிரியே மூர்க்கமாய் சண்டை போடும்... ஒரு குரங்கோட கழுத்து, இன்னொரு குரங்கோட வாய்க்கு வாகா கிடைச்சுதுன்னு வையுங்க... கடிச்சுக்கடிச்சே தலையைத் துண்டாக்கிடும்... அப்படி கடிபட்ட குரங்கோட தலைதான் இது...!"

எல்லோரும் அந்த மண்டையோட்டை மறுபடியும் பயமாய்

பார்த்தபடி நடந்தார்கள்.

ரமா, மேகலாவின் தோளைத் தொட்டாள். மெல்ல கிசுகிசுப்பாய்க் கூப்பிட்டாள்.

"மேகலா..."

"ம்..."

"கோட்டைக்குள்ளே இப்போ எத்தனை பேர் நுழைஞ் சிருக்கோம். வெளியே போறப்ப எத்தனை பேர் உயிரோட இருப்போமோ தெரியலை..."

"பயப்படாதே! எல்லாம் நல்லபடியா நடக்கும். கந்தசஷ்டி கவசம் உனக்குத் தெரியுமா...?"

"தெரியும்..."

"மனசுக்குள்ளே சொல்லிட்டு வா..."

கோட்டையின் உட்பக்கம் போகப்போக இருட்டின் அடர்த்தி கூடியது. கைகளில் இருந்த டார்ச் லைட்களை எல்லோரும் உயிர்ப்பித்துக் கொண்டார்கள். வெளிச்சம் பரவி, மண்டியிருந்த இருட்டைக்கழுவி பெரிய பெரிய தூண்களைக் காட்டியது.

எல்லாமே கல்தூண்கள். அதில் சிற்பங்கள். விநோதமான மனித உருவங்கள், மிருகங்கள், பறவைகள்.

பத்ரிநாராயணன் சொன்னார்.

"இந்த காணாதது கண்டான்கோட்டை எந்த மன்னர்கள் காலத்தில கட்டப்பட்டது... எந்த நோக்கத்துக்காக கட்டப்பட்டது போன்ற விபரங்களை சரித்திர ஆராய்ச்சி வல்லுநர்களால கண்டுபிடிக்க முடியல்ல... இந்தத் தூண்கள்ல இருக்கிற சிற்பங்கள் எல்லாமே வித்தியாசமானவை. இது மாதிரியான சிற்பங்கள் தமிழ்நாட்ல உள்ள எந்த பிரசித்தி பெற்ற கோவில்களிலும் சரி, கோட்டைகளிலும் சரி... இல்லை! எங்கேயும் காண்முடியாத அளவுக்கு விந்தையான சிற்பங்கள், இங்கே

இருக்கிற காரணத்தாலதான் இந்த கோட்டைக்கு காணாதது கண்டான்னு பேரு..."

பத்ரிநாராயணன், கோட்டையின் எல்லா பகுதிகளுக்கும் கூட்டிப்போய் விளக்கங்கள் கொடுத்து முடித்தபோது பகல் மூன்று மணி.

கொண்டுபோன உணவை முடித்துக்கொண்டு, ஒரு மணி நேரம் ஓய்வு எடுத்தார்கள்.

டிரைவர் மாணிக்கமும், சுந்தரும் மட்டும் ஓய்வு எடுக்க விரும்பாதவர்களைப்போல் கோட்டையின் வெளிப்புறத்தை சுற்றிப்பார்க்க கிளம்பினார்கள்.

"மாணிக்கம்...!"

"வருண் காணாமப் போனதை நினைச்சு மொதல்ல கவலைப்பட்டவங்க, இப்போ அவ்வளவா கவலைப்படலை... கவனிச்சியா?"

"ம்... கவனிச்சேன்... எல்லாத்துக்கும் காரணம் பெரிசுதான்...! பெரிசை ஒரேயடியா போட்டுத் தள்ளிடலாமான்னு ஆத்திரம் வருது..."

"பெரிசு பொன்முட்டை போடுற வாத்து. அவர்மேல நாம கை வைக்கவே முடியாது... மாணிக்கம்..."

"மேகலாவை இன்னிக்கு ராத்திரி கோட்டைக்குள்ள வெச்சு முடிக்க முடியுமா...?"

"முடிச்சுடலாம்..."

"எனக்கு கொஞ்சம் சந்தேகமா இருக்கு..."

"எதுக்காக சந்தேகம்...?"

"இன்னிக்கு ராத்திரி நிலா வெளிச்சத்துலதான் கோட்டைக்குள்ளே முக்கியமான ஆராய்ச்சிகளை நடத்தப்போறாங்க... அப்படி ஆராய்ச்சி பண்ணுறப்ப எல்லோரும்

ஒரே இடத்துல ஒண்ணாத்தான் இருப்பாங்க... ஒண்ணா இருக்கறப்ப மேகலா மேல, நாம கை வைக்க முடியுமா...?"

"எல்லா நேரமும் அவங்க பாதுகாப்பு உணர்வோடு இருக்க முடியாது, சுந்தர். நமக்கும் ஏதாவது ஒரு சந்தர்ப்பம் கிடைக்கும். அதை சரியா பயன்படுத்திக்க வேண்டியதுதான்..."

"மேகலாவைத் தீர்த்துக் கட்டிட்டோம்னா எல்லோருக்கும் ஒரு பயம் வந்துடும்... நாளைக்குக் காலையில பெரிசு 'இந்த ஆராய்ச்சியும் வேண்டாம்... ஒரு மண்ணும் வேண்டாம்'னு சொல்லிட்டு சென்னைக்கு மூட்டை கட்டிடும்...!"

இருவரும் மெல்ல நடந்து, உட்பிரகார மண்டபத்துக்குள் நுழைந்து, அங்கிருந்த படிக்கட்டுகளில் உட்கார்ந்தார்கள்.

வவ்வால்கள் குறுக்கும்நெடுக்கும் பறந்தன. காற்றில் மூக்குக்குப் பிடிக்காத வாடை. சுந்தர் சில வினாடிகள் மௌனமாய் இருந்துவிட்டு கூப்பிட்டான்.

"மாணிக்கம்..."

"ம்... சொல்லு..."

"இந்த 'நீலநிலா' விவகாரம் உண்மையாய் இருக்குமா...?"

"ஒரு சதம்கூட பொய் கலப்பில்லாத 'அக்மார்க்' உண்மை!"

"அதோட மதிப்பு ரெண்டுகோடி ரூபாய்னு சொல்றதும் உண்மையா...?"

"சரியான உண்மை...! இதோ பார் சுந்தர்... 'நீலநிலா' விவகாரம் உண்மையாய் இருக்கப்போய்த்தான், இந்த அரசாங்கம் பத்திரிநாராயணனின் ஆராய்ச்சிக்கு கோடிக்கணக்கான ரூபாய்களை உதவித்தொகையாய் கொடுத்து இருக்கு... காரணம் இல்லாம எந்த ஒரு காரியத்தையும் அரசாங்கம் பண்ணாது..."

"எனக்கு என்னமோ இந்த 'நீலநிலா' விவகாரம் ஒரு கட்டுக்கதையாய் இருக்குமோன்னு மனசுக்குப்படுது."

"இல்லை சுந்தர்... இது உண்மைதான்...! ஒரு விஷயத்தை யோசனை பண்ணிப் பாரு... இப்போ வெளியே நல்ல சூரிய வெளிச்சம் இருக்கு...! ஆனா இந்த காணாதது கண்டான்கோட்டைக்குள்ளே ஏதோ ராத்திரி நேரம் மாதிரி இருட்டாயிருக்கு... இதே கோட்டை, நிலா வெளிச்சம் வரும்போது உள்ளே இருட்டாய் இருக்காதாமே... லைட் போட்டமாதிரி வெளிச்சமாய் இருக்குமாமே...!"

"நீ பார்த்தியா...?"

"இல்லை...! பெரிசு சொன்னதை வெச்சு சொல்றேன்..."

"பெரிசு சொன்னது உண்மையா, பொய்யான்னு இன்னிக்கு ராத்திரி நிலா வரும்போது தெரிஞ்சிடும்...!"

"அது உண்மையோ, பொய்யோ... சுந்தர்...! நமக்குக் கொடுத்திருக்கிற வேலையை நாம பார்க்கலாம்... திட்டப்படி வருணை முடிச்சோம். அடுத்தபடியாய் மேகலாவை முடிப்போம்..."

"சரி! எப்படி முடிக்கலாம்னு சொல்லு...! உயிருக்காக ஒரு நிமிஷம்கூட அவ போராடக்கூடாது... பத்தே விநாடியில உயிர் போயிடணும். ஒரு சின்ன அலறல் சத்தம்கூட வெளியில் கேட்கக்கூடாது..."

"அதுக்கும் வழி இருக்கு..." என்று சொன்ன மாணிக்கம், தன் சட்டைப்பைக்குள் கையை நுழைத்து, அந்த சாவிக் கொத்தை வெளியே எடுத்தான்.

சுந்தர் அதை பிரமிப்பாய் பார்த்தான்.

**செ**ன்னை.

"ஒரு நிமிஷம்..." என்று சொல்லிவிட்டு, வீட்டுக்குள் இருந்த இன்னொரு அறைக்குள் சுப்பையா போய்விட... டாக்டர் பெருமாள், நவநீதன், சிவசங்கர், பிரதிபா நான்கு பேரும் தவிப்போடு காத்திருந்தார்கள்.

ஐந்து நிமிட நேரத்துக்குப் பிறகு சுப்பையா, கையில் ஒரு

பழைய செய்தித்தாளோடு வந்தான்.

நாற்காலியில் தளர்வாய் உட்கார்ந்துகொண்டே சொன்னான்.

"தம்பி...! உங்க மூணு பேருக்கும் அப்பா யாருன்னு கேட்டீங்க. அந்த விபரம் உங்களுக்கு தெரியணும்னா, நீங்க இந்த பேப்பரில் இருக்கிற அட்ரஸுக்குப்போய் விசாரிச்சாத்தான் தெரியும். எனக்குத் தெரியாது... இந்தப் பேப்பரைப் பாருங்க..."

சிவசங்கர் வாங்கிப் பார்த்தான்.

**தேவசகாயம் குழந்தைகள் காப்பகம், பெற்றோர் இல்லாத குழந்தைகளுக்கு தன் ஆதரவுக்கரத்தை நீட்டுகிறது. சமுதாய சேவைப்பணியில் பங்குகொள்ள உங்களையும் அழைக்கிறது. ஒரு குழந்தையின் வருடாந்திர உணவுச்செலவு ரூபாய் பத்தாயிரம் மட்டுமே. குழந்தைகளின் பசியைப் போக்குங்கள். கடவுளின் ஆசிகளைப் பெறுங்கள். நன்கொடைகளை அனுப்ப வேண்டிய முகவரி, தேவசகாயம் குழந்தைகள் காப்பகம், எண்.27, காருண்யா நகர், நெல்லிக்குப்பம்.**

சிவசங்கர், அந்த செய்தியைப் படித்துவிட்டு சுப்பையாவிடம் குழப்ப முகத்தோடு நிமிர்ந்தான்.

"எங்க அப்பா யாருன்னு கேட்டா ஏதோ ஒரு 'அனாதை விடுதி' விளம்பரத்தைக் காட்டுறீங்களே...?"

சுப்பையா புன்னகைத்தான்.

"நீங்க மூணு பேருமே அனாதை விடுதியிலிருந்து கொண்டு வரப்பட்டு வளர்க்கப்பட்டவங்கதான்..."

"தத்து எடுத்துக்கிட்டாங்களா...?"

"இல்லை... தத்து எடுத்துக்கிட்டா சில பிரச்னைகள் வரும்ங்கிற காரணத்துக்காக இந்த அனாதை விடுதியிலிருந்து யாருக்கும் தெரியாமே தில்லைராஜா அய்யாவாலே வீட்டுக்கு கொண்டுவரப்பட்டவங்கதான் நீங்க..."

"எதுக்காக இந்த திருட்டுத்தனம்...?"

"தில்லைராஜ அய்யாவும், உங்க அம்மாவும் காதலிச்சுக் கல்யாணம் பண்ணிக்கிட்டாங்க. அந்தக் காதல், உங்கம்மாவோட அப்பாவுக்கு பிடிக்கலை. படிப்பைத் தவிர வேறு எந்தத் தகுதியும் இல்லாத தில்லைராஜ அய்யா, தனக்கு மாப்பிள்ளையா வந்ததுல அவருக்கு ஏகப்பட்ட கோபம்... அந்தக் கோபத்துல அவர் ஒரு உயில் எழுதி வைச்சார். அந்த உயில்படி தனக்குப் பின்னாடி எல்லா சொத்துக்களும், பேரன் பேத்திகளுக்குத்தான் போய்ச் சேரணும். ஒருவேளை பேரன்,பேத்திகள் பிறக்காத பட்சத்தில சொத்துக்கள் பூராவும் கீழ்க்கண்ட கோயில்களுக்குப் போய்ச்சேர வேண்டியதுன்னு ஏழெட்டு கோயில்களோட பேரை எழுதி வெச்சுட்டார். பெரியவர் உயில் எழுதின நேரமோ என்னவோ... தில்லைராஜ அய்யாவுக்கு வாரிசுகள் பிறக்கலை. அஞ்சு வருஷம்வரைக்கும் பொறுத்துப் பார்த்தார். அதுக்குப் பிறகு உங்கம்மாவோட கலந்து ஒரு திட்டம் போட்டார். திட்டத்துக்கு ஒரு பெண் டாக்டரும் உடந்தை. அந்தத் திட்டப்படி உங்கம்மா கர்ப்பம் ஆன மாதிரி நடிச்சாங்க. பத்து மாசமானதும் அந்த டாக்டரோட ஆஸ்பத்திரிக்குபோய் ரெண்டுநாள் தங்கி இருந்தாங்க. அனாதை விடுதியிலிருந்து கொண்டுவரப்பட்ட குழந்தையோட வீட்டுக்கு வந்துட்டாங்க. அதுக்கப்பறம் அவங்க ஆசைக்காக இன்னும் இரண்டு குழந்தைகளையும் அதேமாதிரி கொண்டு வந்தாங்க. உயில் எழுதிவைச்ச பெரியவர் உயிரோட இல்லாததால தில்லைராஜ அய்யாவோட இந்த மோசடி நாடகம் வெளியே யாருக்கும் தெரியாமே போயிடுச்சு... கோடிக்கணக்கான சொத்து கோயில்களுக்குப் போயிடாம இருக்கிறதுக்காக இப்படியொரு காரியம் பண்ணிய தில்லைராஜ அய்யாகிட்ட வேலை பார்க்க எனக்குப் பிடிக்கல... அதுதான் வேலையிலிருந்து நின்னுட்டேன்..."

பிரதிபா கேட்டாள்.

"அப்பாவுக்கு உதவி பண்ணின அந்த பெண் டாக்டர் யாரு...?"

"கோமதின்னு பேரு... அந்தம்மா அப்பவே வெளிநாட்டுக்குப் போயிட்டாங்க..."

டாக்டர் பெருமாள் பெருமூச்சொன்றை வெளியேற்றி விட்டு, நவநீதனையும், சிவசங்கரையும் பார்த்தார்.

"இனிமே இந்த விஷயத்தைக்கிளறி வெளியே கொண்டு வர்றதால யாருக்கும் எந்த லாபமும் இல்ல... அம்மாவும், அப்பாவும் இப்போ உயிரோட இல்ல... அவங்க உங்களைப் பெறாமல் போனாலும் பாசத்தைக் கொட்டி வளர்த்திருக்காங்க... இனிமே நாம கவனிக்க வேண்டிய விஷயம் ஒண்ணே ஒண்ணுதான்... உங்கப்பா தில்லைராஜனை யாரோ விஷம் கொடுத்து கொலை பண்ணி இருக்காங்க.... நவநீதனையும் அதே முறையில் கொலை பண்ணப் பார்த்தாங்க... சித்த வைத்தியர் முத்துக்கண்ணப்பர்கிட்ட சரியான நேரத்துக்கு கொண்டு போனதால, நவநீதனைக் காப்பாத்த முடிஞ்சது..." பேசிக்கொண்டேபோன பெருமாள், இடையில் பேச்சை நிறுத்தி சுப்பையாவை ஏறிட்டார்.

"சுப்பையா! இவங்க மூணு பேரும் தில்லைராஜனுக்குப் பிறந்தவங்க இல்லைங்கிற உண்மை, உன்னைத் தவிர வேறு யாருக்கெல்லாம் தெரியும்...?"

"வேற யாருக்கும் தெரிய வாய்ப்பு இல்லீங்கய்யா....! ஏன்னா எல்லா விஷயங்களும் கமுக்கமாவே நடந்துச்சு...!"

"யாரோ போன் பண்ணி விஷயத்தை போலீஸுக்கு சொல்லி இருக்காங்களே...!"

"அவங்க யாருன்னு எனக்குத் தெரியலீங்கய்யா!"

"சரி...! 'நீலநிலா'ன்னா என்னன்னு உனக்குத் தெரியுமா...?"

"என்ன சொன்னீங்கய்யா...? நீலநிலாவா...?"

"ம்..."

"தெரியலீங்களே...!"

"தில்லைராஜன் உயிருக்குப் போராடிட்டு இருக்கும்போது 'நீலநிலா'ங்கிற வார்த்தையை எழுதிக் காட்டியிருக்கார். அதான் கேட்டேன்..."

"நான் அய்யாவைவிட்டு வெளியே வந்து இருபத்தஞ்சு வருஷம் ஆயிடுச்சு... அதுக்கப்புறம் அவருடைய வாழ்க்கையில எவ்வளவோ சம்பவங்கள் நடந்து இருக்கலாமே...?"

நான்கு பேரும் எழுந்தார்கள்.

"நீ சொன்ன தகவல்களுக்கு ரொம்பவும் நன்றி...! இதைப் பத்தி வெளியே யார்கிட்டேயும் சொல்லிடாதே...!"

"நான் எதுக்குங்கய்யா சொல்றேன்... இன்னிக்கு நீங்க வந்து கேட்டால உண்மையைச் சொன்னேன். இல்லேன்னா அதுபாட்டுக்கு மனசுக்குள்ளே தூங்கிட்டிருக்கும்..."

பிரதிபா அறையைவிட்டு வெளியேறும்போதுதான் சுவரில் தொங்கிக்கொண்டிருந்த அந்த இளைஞனின் படத்தைக் கவனித்தாள்.

ஒரு அடர்ந்த காட்டுப்பின்னணியில் எடுக்கப்பட்ட புகைப்படம் அது.

"சுப்பையா! படத்துல இருக்கிறது யாரு...?"

சுப்பையா சிரித்தான்.

"என்னோட பேரன்...! பேர் சுந்தர். புதைபொருள் ஆராய்ச்சித்துறைல வேலை பார்த்துட்டிருக்கான். இப்பக்கூட ஏதோ ஒரு காட்டுக்குள்ள இருக்கிற கோட்டையை ஆராய்ச்சி பண்ணத்தான் ஒரு குழுவோட சேர்ந்து போயிருக்கான்..."

சித்தவைத்தியர் முத்துக்கண்ணப்பர் தனக்கு எதிரில் பவ்யமாய் கைகட்டி நின்றிருந்த, அந்த இளைஞனிடம் கிசுகிசுப்பான குரலில் பேசிக் கொண்டிருந்தார்.

"இதோ பாரு ரங்கதுரை! கடந்த நாலைஞ்சு வருஷமா 'நீலநிலா' எங்கேன்னு ஊர் பூராவும் கால் தேய அலைஞ்சு தேடிக்கிட்டு இருந்தோம். அதுக்காக நாம பட்ட சிரமங்களும் அதிகம். ஒருமணி நேரத்துக்கு முன்னாடிதான் 'நீலநிலா' இருக்கிற இடம் தெரிய வந்துச்சு... அதுதான் உடனே உனக்கு போன் பண்ணி வரச் சொன்னேன்..."

ரங்கதுரையின் கண்களில் வியப்பும், பேராசையும் மாறிமாறி மின்னின. "அய்யா! நாம பட்ட சிரமங்களுக்கு இப்பதான் விடிவுகாலம் வந்திருக்கு. அந்த 'நீலநிலா' இப்போ யார்கிட்ட இருக்குய்யா...?"

"தில்லைராஜன்னு ஒரு பெரிய கோடீஸ்வரர். அவர் இப்போ உயிரோட இல்லை. நாலுநாளைக்கு முன்னாடி யாரோ அவருக்கு சர்ப்பகந்தி விஷம் கொடுத்துக் கொன்னுட்டாங்க. உயிர் போற நேரத்துல அவர் ஒரு பேப்பரில் 'நீலநிலா'ன்னு தன்னோட மகளுக்கும், மகன்களுக்கும் எழுதிக் காட்டியிருக்கார். ஆனா அவங்களுக்கு அது புரியல..."

146

முத்துக்கண்ணப்பர் சொல்ல, ரங்கதுரை குறுக்கிட்டான்.

"அய்யா... நீங்க சொல்றதைப் பார்த்தா அந்த 'நீலநிலா'வுக்காகத்தான் தில்லைராஜனைக் கொலை பண்ணியிருக்கணும்..."

"எனக்கும் அதே எண்ணம் தான்! தில்லைராஜன்கிட்ட அது இருக்கிற விஷயத்தை தெரிஞ்சுகிட்ட யாரோதான் அவருக்கு சர்ப்பகந்தி விஷத்தைக் கொடுத்து இருக்கணும்... அந்த யாரோ ஒரு நபர் மூலிகைகளைப் பற்றி தெரிஞ்ச நபராய் இருக்கணும். சர்ப்பகந்தி வேர் அவ்வளவு சுலபத்தில கிடைக்கக்கூடியது இல்லையே...!"

"அய்யா! நான் இப்ப என்ன பண்ணணும்...?"

முத்துக்கண்ணப்பர் குரலைத் தாழ்த்திக் கொண்டார்.

"ரங்கதுரை நீ ஒரு ரெண்டு மாசத்துக்கு, தில்லைராஜன் வீட்டுல வேலை பார்க்கணும்."

"வேலை பார்க்கணுமா... என்னய்யா சொல்றீங்க...?"

"ஆமா! உனக்குத்தான் தோட்டவேலை தெரியுமே...? ரெண்டு மாசத்துக்கு அங்கேபோய் தோட்ட வேலை பாரு... வேலை பார்க்கிற அந்த ரெண்டு மாசத்துக்குள் 'நீலநிலா' எங்கே இருக்குன்னு நோட்டம் பார்த்து கண்டுபிடிச்சுடணும்...!"

"அய்யா! அந்த வீட்டுல வேலை பார்க்க நான் தயார். ஆனா வேலை கிடைக்கணுமே...?"

"வேலை நான் வாங்கித் தர்றேன்."

"எப்படிங்கய்யா...?"

"தில்லைராஜனோட மகன் நவநீதனை சர்ப்பகந்தி விஷத்திலிருந்து நான் காப்பாத்தி இருக்கேன். அந்த நன்றிக்கடனுக்காக நான் இப்போ என்ன சொன்னாலும் அவங்க கேட்பாங்க... நான் கடிதம் தர்றேன். அவங்ககிட்ட கொண்டுபோய் கொடு. கண்டிப்பா வேலை கொடுப்பாங்க."

"அய்யா..."

"சொல்லு."

"அந்த வீட்டுக்குள்ளே தான் 'நீலநிலா' இருக்குங்கிறது என்ன நிச்சயம்? தில்லைராஜன் வேற எங்காவது மறைச்சு வைச்சிருந்தாருன்னா...?"

"அதையும் கண்டுபிடிக்க வேண்டிய பொறுப்பு உன்னோடதுதான்! நீ ரெண்டு மாசம் அந்த வீட்டுக்குள் இருக்கப் போறே...! உன்னால கண்டுபிடிக்க முடியாதா என்ன...?"

"சரி... லெட்டர் கொடுங்கய்யா...! நான் இப்பவே கிளம்பிப் போறேன்..."

"ஒரு நிமிஷம்! எதுக்கும் அந்த நவநீதன்கிட்ட நான் ஒரு வார்த்தை போன்ல சொல்லிடறேன்..." சொன்ன முத்துக்கண்ணப்பர் நவநீதன் கொடுத்துவிட்டுப்போன முகவரி அட்டையை எடுத்து, செல்போன் எண் பார்த்து தன் செல்லில் டயல் செய்தார்.

மறுமுனையில் மணி ஒலித்தது.

பிறகு நவநீதன் குரல் கேட்டது.

"ஹலோ..."

"யாரு... நவநீதன் தம்பியா?"

"ஆமா! நீங்க?"

"நான் சித்தவைத்தியர் முத்துக்கண்ணப்பர்."

"அய்யா... சொல்லுங்கய்யா!"

"தம்பி! இப்போ உங்க உடம்பு விஷத்தோட பாதிப்பிலிருந்து முழுமையா விடுபட்டிருக்கா... இல்லை இன்னமும் பாதிப்பு இருக்கா...?"

"எனக்கு இப்போ ஒரு பாதிப்பும் இல்லீங்கய்யா!

நல்லாவே இருக்கேன்! நீங்க மட்டும் சரியான நேரத்துல வைத்தியம் பார்க்காம இருந்திருந்தா நான் இந்நேரம் உயிரை விட்டிருப்பேன்..."

"உங்களுக்கு ஆயுள் கெட்டி தம்பி! கடவுளோட அருள் உங்களுக்கு இருக்கு. இனிமே உங்களை யாரும் எதுவும் பண்ண முடியாது. ரெண்டு நாளைக்கு ஓய்வு எடுங்க. உடம்பு பழைய நிலைமைக்கு வந்துடும். அசைவ உணவு மட்டும் வேண்டாம்..."

"சரிங்கய்யா..."

"தம்பி! உங்க வீட்டுல வேலைக்காரங்க இருக்காங்களா?"

"இருக்காங்கய்யா..."

"எத்தனை பேர்...?"

"அஞ்சு பேர்"

"அப்ப சரி..."

"சொல்லுங்கய்யா... என்ன விஷயம்?"

"அது... ஒண்ணுமில்ல தம்பி..." என வார்த்தைகளை இழுக்க

"அய்யா... நீங்க என்னமோ சொல்ல வந்தமாதிரி தெரிஞ் சது... எதுவா இருந்தாலும் பரவாயில்லை... சொல்லுங்கய்யா."

"நான் சொன்னா தப்பா நினைச்சுடக் கூடாது..."

"அய்யா! நீங்க எனக்கு உயிர் கொடுத்தவங்க. உங்களைப்போய் நான் தப்பா நினைப்பேனா...? சொல்லுங்கய்யா என்ன விஷயம்...?"

"எனக்கு வேண்டிய பையன் ஒருத்தன் வேலைவெட்டி இல்லாமே சும்மா இருக்கான். அவனுக்கு தோட்டவேலை தெரியும். உங்க பங்களாவில வேலை போட்டுத் தர முடியுமா...?"

"அந்த பையனை உடனே அனுப்பி வையுங்கய்யா.

இதுக்குப்போய் இவ்வளவு தயங்கணுமாய்யா...?"

"ரொம்ப நன்றி தம்பி! உங்ககிட்ட இன்னொரு முக்கியமான விஷயத்தையும் சொல்லணும் தம்பி..."

"என்னங்கய்யா...?"

"நீங்க, இப்போ நான் சொன்ன சித்தவைத்தியர் சிவகுருநாதன்கிட்ட போய்க்கிட்டு இருக்கீங்க இல்லையா...?"

"ஆமாங்கய்யா..."

"அவர்கிட்ட சர்ப்பகந்தி வேரைப் பத்தி மட்டும் பேசுங்க. 'நீலநிலா' பத்தி எதுவும் பேச வேண்டாம். அந்த 'நீலநிலா' வார்த்தைக்குப் பின்னாடி ஏதோ ஒரு ரகசியம் இருக்கு. அதைக் கண்டுபிடிக்கிற வரைக்கும் நீங்க மூணு பேரும் மௌனமாய் இருக்கிறது உத்தமம்."

"சரிங்கய்யா"

முத்துக்கண்ணப்பர் செல்போனை அணைத்துவிட்டு, எதிரில் நின்றிருந்த ரங்கதுரையைப் பார்த்தார். புன்னகைத்தார்.

"காய் பழமாகி பஞ்சாமிர்தமாகி உள்ளங்கைக்கு வரப் போகிற நேரம் இது! 'நீலநிலா'வைப் பத்தி நவநீதனுக்கோ, சிவசங்கருக்கோ, பிரதிபாவுக்கோ தெரியலை. அந்த உண்மைகளெல்லாம் அவங்களுக்கு தெரியறதுக்கு முந்தி, அது நம்ம கைக்கு வரணும் ரங்கதுரை...!"

"கண்டிப்பா வரும்யா...!" சொன்ன ரங்கதுரை, முத்துக்கண்ணப்பரின் கால்களில் விழுந்து எழுந்தான்.


காணாதது கண்டான்கோட்டையின் உட்பிரகாரம். மெலிதான இருட்டில் உட்கார்ந்தபடி மாணிக்கம் அந்த சாவிக்கொத்தை எடுத்துக் காட்ட, அதைப் பார்த்த சுந்தரின் முகத்தில் திகைப்பு

பரவியது.

"என்ன மாணிக்கம்! மேகலாவை எப்படி தீர்த்துக்கட்டலாம்னு கேட்டா சாவியை எடுத்துக் காட்டறே...? இந்தச் சாவியை வைச்சுக்கிட்டு அவளை என்ன பண்ண முடியும்...?"

மாணிக்கம் சிரித்தான்.

"இது வெறும் சாவிக்கொத்து மட்டுமில்லை சுந்தர். சாவிகளுக்கு நடுவில் என்ன இருக்குனு பாரு?"

பார்த்தான்.

சுண்டுவிரல் நீளத்தில் சிறிய கத்தி. பிளாஸ்டிக் உறையிலிருந்து தலையை நீட்டி பளபளப்பாய் எட்டிப்பார்த்தது.

"கத்தி..." என்றான்.

"இந்தக் கத்தியை வைச்சுத்தான் மேகலாவை முடிக்கப் போறோம்..."

"மாணிக்கம்! இந்த சின்னக்கத்தியை வைச்சு மேகலாவை எப்படித் தீர்க்கப்போறோம்...? அவளை சத்தம் இல்லாமே முடிக்கணும்..."

"முடிக்கலாம்..."

"எப்படி...?"

"இந்தக் கத்தியால் அவ உடம்புல ஒரு சின்ன காயத்தை உண்டாக்கினா போதும்... முப்பது வினாடியில் மரணம்...!"

"மாணிக்கம்! நீ சொல்றது புரியலை... இந்த சுண்டுவிரல் நீள கத்தியை வைச்சுக்கிட்டு அவளை எப்படி முப்பது வினாடி நேரத்தில் கொல்ல முடியும்...?"

"சுந்தர்! இது பொட்டாசியம் சயனைட் தடவப்பட்ட கத்தி. குரல்வளைக்குப் பக்கத்தில ஒரு சின்னக் கோடு போட்டா போதும். அடுத்த வினாடியிலிருந்தே தொண்டையிலிருந்து குரல் வெளியே வராது. பத்தாவது வினாடி மயக்கம். இருபதாவது

151

வினாடி இதயத்தில் ரத்தம் உறையும். முப்பதாவது வினாடி மூளை ஸ்தம்பிச்சு மரணம். மேகலா அவசரத்துக்கு தனியா எந்தப் பக்கமாவது ஒதுங்கும்போது மின்னல் வேகத்தில் வேலலையை முடிச்சுட வேண்டியதுதான்..."

மாணிக்கம் சொல்லிக் கொண்டிருக்கும்போதே, சுந்தர் கையமர்த்தினான்.

"ஒரு நிமிஷம்..."

"என்ன?"

"யாரோ வர்ற சத்தம் கேட்குது மாணிக்கம்..."

இடப்பக்கம் நடைச்சத்தம் அதிகமானது. திரும்பிப் பார்த்தார்கள்.

பத்ரிநாராயணன் வந்து கொண்டிருந்தார். அவரைப் பார்த்ததும் இருவரும் எழுந்து நின்றார்கள். அவர் கோபமாய் பக்கத்தில் வந்தார்.

"ரெண்டுபேரும் இங்கே உட்கார்ந்து என்ன பண்ணிட்டிருக்கீங்க...?"

சுந்தர் இயல்பான குரலில் சொன்னான்.

"சார்! எல்லாரும் சாப்டுட்டு ஓய்வு எடுத்துகிட்டு இருந்தாங்க... நானும், மாணிக்கமும் ஓய்வு எடுக்கப்பிடிக்காமே, அப்படியே கோட்டையோட உட்பிரகாரத்தை சுத்தி வந்தோம்... இந்த இடத்துல ஒரு தூணும், சில சிற்பங்களும் இருந்ததால அதைப் பார்த்துக்கிட்டு அப்படியே உட்கார்ந்துட்டோம்..."

"என்ன சுந்தர் இது? நம்ம உயிருக்கு ஆபத்து இருக்குனு தெரிஞ்ச பின்னாடியும் இப்படி தனியா வந்து உட்காரலாமா? ஏற்கனவே வருணை இழந்துட்டோம்... இனியும் நம்ம குழுவில் இருக்கிற யாருக்கும் எதுவும் நேர்ந்துடக் கூடாதுன்னு நான் உயிரைக் கையில் பிடிச்சுட்டிருக்கேன்... நீங்க என்னடான்னா இப்படி தனியா அரை இருட்டுல வந்து உட்கார்ந்து பேசிகிட்டு

இருக்கீங்க! இதோ பார் சுந்தர்! இன்னிக்கு ராத்திரி பௌர்ணமி வெளிச்சத்துல இந்த காணாதது கண்டான் கோட்டையை ஆராய்ச்சி பண்ணப்போறோம். அதுக்கப்புறமும் ஒரு அஞ்சுநாள் தங்கியிருந்து ஆராய்ச்சிகளை முடிச்சுகிட்டு பத்திரமா சென்னை போய்ச் சேரணும். அதுவரைக்கும் நாம ஜாக்கிரதையா இருக்கணும்…"

"ஒரு ஆர்வத்துல இப்படி தனியா வந்துட்டோம். சாரி சார்! இனிமே இப்படி வரமாட்டோம்."

"ம்… வாங்க. என்கூட"

ராத்திரி மணி ஒன்பது.

காட்டுப்பகுதியும், காணாதது கண்டான் கோட்டைப்பகுதியும் நிசப்தத்தில் உறைந்து போயிருக்க… கிழக்குத்திசையில் ஒரு வெள்ளிக்குடத்தை உருட்டிவிட்டமாதிரி நிலா உதயமாகியிருந்தது. சுற்றிலும் துளிகூட மேகம் கிடையாது என்பதால் எல்லாத்திசைகளிலும் வெளிச்சம் நிரம்பியிருந்தது.

எல்லோரும் கோட்டைக்கு வெளியே இருந்த ஒரு பாறைத்திட்டின்மேல் உட்கார்ந்திருந்தார்கள்.

பத்ரிநாராயணன் சொல்லிக் கொண்டிருந்தார்.

"இன்னும் மூணு மணிநேரத்தில நிலா உச்சிக்கு வந்திடும். நல்ல பகல்நேரத்துல, சூரியவெளிச்சத்தில கோட்டையின் உட்பகுதிகள் இருட்டாய் இருந்ததைப் பார்த்தோம். ஆனா, நிலா வெளிச்சத்தில் கோட்டையின் உட்பகுதிகள் வெளிச்சமாய் இருக்கும். அந்த அதிசயத்தைத்தான் ஆராய்ச்சி பண்ணப்போறோம். நான் சொன்னதை எல்லோரும் ஞாபகத்துல வைச்சுக்கணும். நம்ம உயிருக்கு அச்சுறுத்தல் ஏற்பட்டிருக்கிற இந்த நிலைமையில, எல்லோரும் கவன உணர்வோடு ஆராய்ச்சியில் ஈடுபடணும்."

மேகலா, ரமா, பொன்மணி, சபா, குருவன் ஐந்து பேரும் திகில் பரவிய கண்களோடு கோட்டையைப் பார்த்துக் கொண்டிருக்க…

சுந்தர், மாணிக்கம் இருவரும் அப்பாவிகளாய் முகங்களை வைத்துக்கொண்டு, பாறையில் சாய்ந்து உட்கார்ந்திருந்தார்கள்.

பத்ரிநாராயணன் குரல் கொடுத்தார்.

"சபா..."

"சார்..."

"கேமரா சரியாய் இருக்கா...? தப்பு பண்ணிடக்கூடாது. எடுக்கிற எல்லா படங்களும் தெளிவாய் இருக்கணும்."

"இருக்கும் சார்..."

"மேகலா! கல்வெட்டுகளை துடைச்சு சுத்தம் செய்யக்கூடிய வேலையை நீயும், ரமாவும் பண்ணப்போறீங்க...! அதுக்கான சாதனங்களை எடுத்து வெச்சுக்கிட்டீங்களா...?"

"எல்லாமே தயாரா இருக்கு சார்..."

"கோட்டைக்குள்ள நுழைஞ்ச பின்னாடி அதை மறந்துட்டோம்... இதை மறந்துட்டோம்னு சொல்லக்கூடாது."

பத்ரிநாராயணன் சொல்லிக் கொண்டிருக்கும்போதே, குருவனின் இடுப்பில் இருந்த செல்போன் குரல் கொடுத்தது.

"இது வேற... நேரம் காலம் தெரியாமே..."

குருவன் சலித்துக்கொண்டே செல்போனை எடுத்து காதில் வைத்தான்.

மறுமுனையிலிருந்து ஒரு குரல் கரகரப்பாய் ஒலித்தது.

"இன்னிக்கு பௌர்ணமி! அங்கே நிலைமை எப்படி இருக்கு சூரியமூர்த்தி...?"

சூரியமூர்த்தி என்ற பெயரைக் கேட்டதும் ஒரு வினாடி முகம்மாறிய குருவன், அடுத்த வினாடியே முகபாவத்தை மாற்றிக்கொண்டு புன்னகையோடு செல்போனில் பேச்சைத் தொடர்ந்தான்.

"யாரு... வைத்தியர் அய்யாவா...?"

செல்போனின் மறுமுனையில் குரல் சிரித்தது.

"என்ன சூரியமூர்த்தி! உன்னைச் சுத்தி ஆட்கள் இருக்காங்கன்னு நினைக்கிறேன். சரியா...?"

"ஆமாங்கய்யா...! ராத்திரி பூரா காட்டுல சரியான மழை..."

"புரியுது... புரியுது! நீ போட்டிருக்கிற குருவன் வேஷம் நல்லா இருக்குனு நினைக்கிறேன். உன்கூட ரெண்டுநிமிஷம் தனியா பேசணும்... அந்த கும்பலைவிட்டு வெளியே வந்து பேசமுடியுமா சூரியமூர்த்தி...?"

"வைத்தியரய்யா...! நீங்க பேசுறது ஒண்ணும் காதுல சரியா விழல... கொஞ்சம் பலமா பேசுங்க..." சொல்லிக்கொண்டே குருவன் எழுந்தான்.

பத்ரிநாராயணனையும் மற்றவர்களையும் ஒரு தயக்கப்பார்வை பார்த்துக்கொண்டே பாறையைவிட்டு நகர்ந்தான்.

"இப்ப கேக்குதுங்களா?" என்று கேட்டுக்கொண்டே இருபது

அடி தூரம் தள்ளிப்போய் நின்றுகொண்டு யாருக்கும் கேட்காதபடி மெல்லிய குரலில் பேசினான்.

"சார்... நான் சூரியமூர்த்தி பேசுறேன்...இப்ப பேசுங்க!"

"அங்கே நிலவரம் எப்படி இருக்கு...?"

"பத்ரிநாராயணனும், மத்தவங்களும் பௌர்ணமி நிலா உச்சிக்கு வந்ததும் கோட்டைக்குள் போறதுக்காக வெளியே காத்திருக்காங்க... நானும் அவங்களோட சேர்ந்து உட்கார்ந்துட்டிருந்தேன். அப்பத்தான் உங்க போன் வந்தது சார்..."

"மிஸ்டர் சூரியமூர்த்தி! நீங்க போலீஸ் சி.ஐ.டி. பிரிவைச் சேர்ந்த அதிகாரி என்கிற விஷயம் அங்கே யாருக்கும் தெரியக்கூடாது. 'நீலநிலா' பற்றிய எல்லா உண்மைகளும் நமக்கு தெரிகிறவரைக்கும் நீங்க அந்த காட்டுவாசி வேஷத்துல திறமையா நடிச்சுகிட்டு இருக்கணும்."

"அதைப்பத்தி நீங்க கவலைப்படாதீங்க சார்... என்னை எல்லோரும் முழுமையா நம்பிட்டாங்க..."

"காட்டுக்குள்ளே காணாமப்போன வருண் கிடைச்சானா...?"

"இல்லை சார்..."

"வருணுக்கு என்னாகி இருக்கும்னு நினைக்கிறீங்க சூரியமூர்த்தி...?"

"புரியலை சார்...! நானும் வருணும் டிரைவர் மாணிக்கத்தை தேடி காட்டுக்குள் போனப்ப, மூங்கில் பள்ளத்துகிட்டே ஒரு யானை எதிர்ல வந்தது. ரெண்டுபேரும் பயந்துபோய் வெவ்வேறு திசையில் ஓட ஆரம்பிச்சுட்டோம். அதுக்கப்புறம் வருணை நான் பார்க்கலை..."

"துரத்தின யானை வருணை தீர்த்துக் கட்டியிருக்குமோ...?"

"அப்படியிருந்தா வருணோட உடல் காட்டுக்குள்ளே கிடந்து

இருக்கணுமே சார்...?"

"ஒருவேளை தப்பிச்சு வழி தெரியாமே காட்டுக்குள் சுத்திக்கிட்டு இருக்காளோ என்னவோ...?"

"அப்படியும் இருக்கலாம் சார்..."

"பத்ரிநாராயணன் என்ன சொல்றார்...?"

"வருண் காணாமபோனதைப் பற்றி ஒரு பத்து நிமிஷம்தான் அவர் கவலைப்பட்டார் சார்... அதுக்கப்புறம் கவலைப்படலை. கோட்டை ஆராய்ச்சிக்கு புறப்பட்டு வரும்போதே உயிருக்கு உத்திரவாதம் இல்லைங்கிற படிவத்தில எல்லோரும் கையெழுத்து போட்டுட்டு வந்திருக்காங்களாம்..."

"மீதியிருக்கிற சுந்தர், சபா, மாணிக்கம், மேகலா, பொன்மணி, ரமா இவங்களோட மனநிலை இப்போ எப்படி இருக்கு...?"

"எல்லோருமே ஆராய்ச்சி விஷயத்துல ரொம்பவும் உற்சாகமா இருக்காங்க சார்... வருண் காணாமப் போனதைப் பத்தி யாருமே கவலைப்படற மாதிரி தெரியலை..."

"சரி! மறுபடியும் நான் எப்போ போன் பண்ணட்டும்...?"

"நீங்க எனக்கு போன் பண்ண வேண்டாம் சார்...! இங்கே இருக்கிற சூழ்நிலையை அனுசரிச்சு நானே உங்களுக்கு போன் பண்ணுறேன். எனக்கு அடிக்கடி போன் வந்தா பத்ரிநாராயணனோட குழுவுக்கு என்மேல சந்தேகம் வந்தாலும் வந்துடும் சார்...! அப்புறம் காரியம் கெட்டுடும்..."

"சரி... சரி... இனிமே நான் போன் பண்ணலை. நீங்களே போன் பண்ணுங்க..."

மறுமுனையில் செல்போன் அணைந்துவிட, சூரியமூர்த்தி செல்போனை அணைக்காமல் வேண்டுமென்றே குரலை உயர்த்தி பேசியபடி, பத்ரிநாராயணனை நோக்கி வந்தார்.

"வைத்தியரய்யா! ராத்திரி மழை பெய்யாம இருந்திருந்தா ஓரளவுக்கு மூலிகைகளையெல்லாம் சேகரம் பண்ணியிருப்பேன்... இன்னிக்கு பௌர்ணமி. காட்டுக்குள் வெளிச்சம் இருக்கும். கூடவே மிருகங்களோட நடமாட்டமும் இருக்கும்... யோசனை பண்ணித்தான் மூலிகை பறிக்கப் போகணும்."

".............."

"பெருமுள்ளி, சிறுநொச்சி, நீர்க்கடிகை இதெல்லாம் இந்த சீசனில் கிடைக்காதுய்யா... சித்திரை வெயிலு நெருப்பு மாதிரி அடிச்சாதான் அதெல்லாம் கிடைக்கும்... நீங்க பெரிய வைத்தியரு. உங்களுக்கு தெரியாததையா நான் சொல்லப் போறேன்...?"

சூரியமூர்த்தி இயல்பாய் பேசிவிட்டு, செல்போனை அணைத்து தோலிலான தன் பைக்குள் போட்டுக்கொண்டார்.

பத்ரிநாராயணனுக்கும், மற்றவர்களுக்கும் கேட்கும்படி குரலில் முனகினார்.

"மூலிகைச்செடி என்ன புல்லா...? நினைச்ச நேரம் போய் பிடுங்கிட்டு வர்றதுக்கு...? டவுனில் சம்மணம் போட்டு உட்கார்ந்துகிட்டு, அதைக் கொண்டு வா... இதைக் கொண்டு வான்னு சொன்னா அது முடியற காரியமா...?"

பத்ரிநாராயணன் கேட்டார். "என்ன குருவன்! போன்ல பேசிட்டியா...?"

"பேசிட்டேன்யா..."

"யார் அந்த சித்த வைத்தியர்?"

"அய்யா! அவர் பேர் சிவகுருநாதன். ஒரு காலத்துல பழநில ஓகோன்னு இருந்தவரு... இப்போ நிறைய பேரு சித்த வைத்தியம் படிச்சுட்டு வந்ததால அவருக்கு சரியா தொழில் நடக்கல... இருந்தாலும் ஏதோ போய்க்கிட்டு இருக்கு..." பேசிக்கொண்டே

பாறை மேல் வந்து உட்கார்ந்தார் சூரியமூர்த்தி.

சுந்தர் கேட்டான். "குருவன்! உண்மையிலேயே சித்த வைத்தியம் எல்லா நோய்களையும் குணப்படுத்துமா...? இல்லை அது ஒரு பணம் பறிக்கிற வியாபாரமா?"

"என்ன தம்பி... இப்படி கேட்டுட்டீங்க...? சித்த வைத்தியம் ஒரு தெய்வீக வைத்தியம். சித்த வைத்தியத்தை முறைப்படி செய்துகிட்டா, எல்லா நோய்களும் குணமாயிடும். அந்த காலத்துல வாழ்ந்துட்டுப் போன சித்தர்கள் எந்த நோய்க்கு என்ன மருந்துன்னு ஓலைச்சுவடிகளில் எழுதி வெச்சுட்டுப் போயிருக்காங்க. அதைப் படிச்சுட்டு சரியான வைத்தியம் பண்ண இப்ப ஆட்கள் இல்லை..."

சித்த வைத்தியத்தை பற்றி பேசிக்கொண்டிருந்ததில் நேரம் கரைந்து போயிருக்க, பௌர்ணமி நிலா உச்சிக்கு வந்திருந்தது.

நேரம் சரியாய் பன்னிரண்டு.

பத்ரிநாராயணன் எல்லோரையும் திரும்பிப்பார்த்து குரல் கொடுத்தார்.

"இப்போ நாம கோட்டைக்குள் நுழைய வேண்டிய நேரம். உள்ளே போனா எது மாதிரியான அனுபவங்கள் நமக்கு கிடைக்கும் என்று சொல்லமுடியாது. நல்லதும் நடக்கலாம் கெட்டதும் நடக்கலாம். எல்லாத்தையும் எதிர்பார்த்துத்தான் நாம போகணும். ம்... கிளம்புங்க!" சொல்லிவிட்டு பத்ரிநாராயணன் முன்னால் நடக்க... எல்லோரும் பின்தொடர்ந்தார்கள்.

வானத்தில் பௌர்ணமி நிலா, வீசியெறிந்த வெள்ளித்தட்டாய் பளபளத்துக் கொண்டிருக்க, சுற்றிலும் நட்சத்திரங்கள் கண்சிமிட்டின.

கோட்டையின் கதவைத் திறந்துகொண்டு அவர்கள் உள்ளே போனார்கள்.

பகல் நேரத்தில் இருட்டில் மூழ்கிய அந்த கோட்டையின் உட்பகுதிகள் இப்போது மெலிதான நீலநிற வெளிச்சத்தில் நிரம்பியிருந்தன.

சிதைந்துபோன மண்டபங்களும், பெரிய பெரிய தூண்களும் பார்வைக்கு பளிச்சென்று கிடைத்தன.

பத்ரிநாராயணன் தவிர எல்லோரும் பிரமித்துப்போய் ஒருவரை ஒருவர் பார்த்துக் கொண்டார்கள்.

"என்ன அதிசயம் இது?"

"நிலா வெளிச்சத்துக்கும் இந்த காணாதது கண்டான்கோட்டைக்கும் என்ன சம்பந்தம்...?"

"குருவன்! இந்த காட்டுக்குள்ளே நீயும் எத்தனையோ வருஷமா இருக்கே... இப்படியொரு காட்சியைப் பார்த்ததுண்டா...?"

மிரட்சியோடு சூரியமூர்த்தி தலையாட்டினார்.

"இல்லீங்கய்யா...! பூட்டி இருக்கிற கோட்டைக்குள் இப்படியொரு அற்புதம் ஒளிஞ்சிட்டிருக்கும்னு நான் நினைச்சுக்கூட பார்த்தது இல்லீங்கய்யா. எப்படிங்கய்யா பகல் நேரத்துல இல்லாத வெளிச்சம் இப்ப மட்டும் இருக்கு...?"

"அதைக் கண்டுபிடிக்கத்தானே நாங்க வந்துருக்கோம்."

பத்ரிநாராயணன் சொல்லிக்கொண்டே கோட்டையின் உட்புறத்தை நோக்கிப் போக, நிலா வெளிச்சத்தில் நூற்றுக்கணக்கான வவ்வால்கள் காற்றில் கிழித்துப் போட்ட காகிதத் துணுக்குகளைப்போல் பறந்து கொண்டிருந்தன.

சுந்தரும், மாணிக்கமும் ஒருத்தரையொருத்தர் பார்த்து கண்சிமிட்டியபடி பத்ரிநாராயணனோடு நடந்தார்கள்.

**செ**ன்னை.

தில்லைராஜனின் படத்துக்கு ரோஜா மாலை அணிவித்த நவநீதன், பக்கத்தில் இருந்த சிவசங்கரிடம் திரும்பினான்.

"என்ன சிவா, கார் தயாரா...?"

"தயாரண்ணா! டிரைவர் அப்பவே வந்துட்டார்."

"அப்பாவோட அஸ்தி சொம்பை எடுத்து காரில் வைச்சுட்டியா...? புறப்படுற அவசரத்துல மறந்துப் போறோம்..."

"புதுத்துணியில் சுத்தி எடுத்து வைச்சுட்டேண்ணா..."

தொலைபேசி ஒலித்தது.

"சிவா! யாருன்னு பாரு.... கம்பெனியிலிருந்து யாராவது போன் பண்ணினா நீயே பேசிடு..."

சிவசங்கர் ரிஸீவரை எடுத்தான்.

மறுமுனையில் டாக்டர் பெருமாள் பேசினார்.

"அப்பாவோட அஸ்தியை ராமேஸ்வரத்தில கரைக்கிறதுக்காக நவநீதனும், பிரதிபாவும் புறப்பட்டுப் போயாச்சா...?"

"இல்லை அங்கிள்! இப்பத்தான் தயாராயிட்டு இருக்காங்க..."

"நீ போகலையா சிவா...?"

"கம்பெனியில கொஞ்சம் வேலை இருக்கு அங்கிள். அதான் நான் இருந்துட்டேன்..."

"சரி! அந்த சர்ப்பகந்தி விஷயம் என்னாச்சு...? முத்துக்கண்ணப்பர் சொன்ன சித்த வைத்தியர்கிட்ட போனீங்களா...?"

"இல்லை அங்கிள்..."

"ஏன்...?"

"அப்பாவோட அஸ்தியை ராமேஸ்வரத்தில கரைச்சுட்டு வந்த பின்னாடி அந்த வைத்தியரைப் போய் பார்க்கலாம்னு அண்ணன் சொன்னார்..."

"ராமேசுவரத்திலிருந்து நவநீதனும், பிரதிபாவும் எப்ப திரும்புறாங்க...?"

"எப்படியும் ரெண்டு நாளாயிடும் அங்கிள்..."

"சரி... நான் ஒரு விஷயத்தை சொல்றேன். அதை அவங்ககிட்டயும் சொல்லிடு..."

"என்ன அங்கிள்...?"

"மரபணு அறிக்கை விஷயம் வெளியே யாருக்கும் தெரியக் கூடாது. தெரிஞ்சா சொத்து சம்பந்தமா பல பிரச்னைகள் ஏற்படும். அதனால யாங்கிட்டயும் இதைப்பற்றி பேச வேண்டாம்..."

"எங்களுக்குத் தெரியாதா அங்கிள்...? அதைப்பற்றி நாங்க வெளியே மூச்சுவிட மாட்டோம்..."

"வேலைக்காரன் சுப்பையாவைத் தவிர வேறு யாரோ ஒருத்தருக்கு இந்த விஷயம் தெரிஞ்சிருக்கு... அது யாருங்கிறதை கண்டுபிடிக்கணும். இல்லேன்னா நீங்க மூணுபேரும் நிம்மதியா தூங்க முடியாது... நவநீதனும், பிரதிபாவும் ராமேசுவரத்துக்கு போய் அஸ்தி கரைப்பை முடிச்சுட்டு வரட்டும். உட்கார்ந்து பேசுவோம்..."

"சரி அங்கிள்..."

சிவசங்கர் ரிஸீவரை வைத்துவிட்டு, டாக்டர் பெருமாள் தொலைபேசியில் சொன்னதை நவநீதனிடம் சொல்லிக் கொண்டிருந்தபோது, பிரதிபா போர்டிகோவில் நின்றிருந்த வேலையாள் ரங்கதுரையைப் பார்த்து குரல் கொடுத்தாள்.

"ரங்கதுரை...!"

"அம்மா..." பணிவாக ஓடிவந்தான்.

"பெட்டியை கொண்டுபோய் காரில் வை..."

பிரதிபாவிடம் பெட்டியை வாங்கி காரில் கொண்டுபோய் வைத்தான். நவநீதனும், பிரதிபாவும் காரில் ஏறிக் கொண்டார்கள்.

நவநீதன் கூப்பிட்டான்.

"ரங்கதுரை.."

ரங்கதுரை வந்தான்.

"வைத்தியர் முத்துக்கண்ணப்பர் அனுப்பி வைச்ச ஆள் நீ! அந்த நம்பிக்கையில வீட்டை உன் பொறுப்புல விட்டுட்டு போறோம். தம்பி சிவசங்கர் கம்பெனிக்கு புறப்பட்டு போனதும், வீட்டை நீ பத்திரமா பார்த்துக்கணும். வர்ற டெலிபோன் அழைப்புகளை ஒரு நோட்டில் எழுதி வைக்கணும்..."

"சரிங்கய்யா..."

"கேட்டில் வாட்ச்மேனும், உள்ளே சமையல்காரனும் இருப்பாங்க. அவங்க ரெண்டுபேரும் அவங்கவங்க வேலையைப் பார்ப்பாங்க. நீதான் வீட்டை பொறுப்பா பார்த்துக்கணும்..."

"நீங்க கவலைப்படாமே போயிட்டு வாங்கய்யா! நான் பத்திரமா பார்த்துக்கிறேன்..."

கார் புறப்பட்டுப் போயிற்று.

அடுத்த பத்தாவது நிமிடம், சிவசங்கர் இன்னொரு காரில் கம்பெனிக்கு புறப்பட்டு போய்விட, வீடு அமைதியில் உறைந்தது.

ரங்கதுரை மெதுவாய் மாடிப்படிகளில் ஏறி, தில்லைராஜனின் அறையை நோக்கி போனான்.

மாடிப்படிகளில் ஏறி, தில்லைராஜனின் அறையை நோக்கி மெதுவாய் நடை போட்டான் ரங்கதுரை.

பங்களா முழுதும் உறைந்து போயிருந்த நிசப்தம் அடிமனசுக்குள் ஒரு பயத்தை விதைத்தது.

'காவலாளிக்கும், சமையல் ஆளுக்கும் சந்தேகம் ஏற்பட்டுவிடாத வகையில் தில்லைராஜனின் அறைக்குள் சோதனை நடத்தி முடிக்க வேண்டும்!'

லேசாய் அரும்பிவிட்ட முக வியர்வையோடு, மாடி வராந்தாவின் கோடியில் இருந்த தில்லைராஜனின் அறைக்கு முன்பாய் வந்து நின்றான். சுற்றும்முற்றும் ஒரு தடவை பார்த்துவிட்டு கதவைத் தள்ளினான்.

அது அசையாமல் பிடிவாதம் பிடிக்க, தன் சட்டைப் பாக்கெட்டில் வைத்திருந்த கம்பியை எடுத்து, கதவின் சாவி துவாரத்துக்குள் நுழைத்து நெம்பினான்.

இரண்டு நிமிட போராட்டத்தில் 'கிளிக்'கென்ற சத்தத்தோடு பூட்டு விடுபட, கதவு நெகிழ்ந்து பின்வாங்கியது.

உள்ளே நுழைந்தான் ரங்கதுரை. கதவைச்சாத்தி உட்புறமாய் தாழிட்டுக்கொண்டு, பார்வையை அறை முழுவதும் துரத்தினான்.

அந்த பெரிய அறையில் கண்ணாடி அலமாரி ஒன்று

தெரிய அந்த அலமாரிக்குள் பைண்ட் செய்யப்பட்ட கனமான புத்தகங்கள் பார்வைக்குக் கிடைத்தன.

மேஜை, டிப்பாய் இரண்டிலும் மெல்லிய தூசுப்படலம் தெரிந்தது.

ரங்கதுரை கையில் கைக்குட்டை ஒன்றைச் சுற்றிக்கொண்டு, மேஜையின் இழுப்பறையைத் திறந்தான்.

உள்ளே உடைந்து போன ஒரு மூக்குக்கண்ணாடியும், டார்ச்சும் கிடந்தன. இரண்டாவது இழுப்பறையும், மூன்றாவது இழுப்பறையும் காலியாக இருந்தன.

ரங்கதுரை கண்ணாடி அலமாரி பக்கம் போனான்.

அலமாரிக்குள் எல்லாம் இலக்கிய புத்தகங்கள். நடுநடுவே சிந்துவெளி நாகரிகம், பண்டைய தமிழர் வாழ்க்கை முறைகள், மொகஞ்சதாரோ வரலாற்று சுவடிகள், சரித்திர கால சம்பவங்கள், அகழ்வாராய்ச்சி புதைபொருள் ஆராய்ச்சியில் கிடைத்த உண்மைகள், நீலநிலா.

ரங்கதுரையின் பார்வை சட்டென்று அந்த புத்தகத்தின்மேல் நிலைத்தது. மனசு பரபரத்தது. அலமாரியின் கண்ணாடிக் கதவைத் தள்ளி அந்த 'நீலநிலா' புத்தகத்தை எடுத்தான்.

கொஞ்சம் கனமான புத்தகம். நாப்தலின் உருண்டை வாடை மூச்சை அடைத்தது.

அந்த புத்தகத்தை இரண்டு நிமிடம் புரட்டிப்பார்த்த ரங்கதுரை, அதை கீழே வைத்துவிட்டு செல்போனை எடுத்து, வைத்தியர் முத்துக்கண்ணப்பரை தொடர்புகொண்டு, கிசுகிசுப்பான குரலில் பேசினான்.

"அய்யா! நான் ரங்கதுரை..."

"சொல்லு..."

"அய்யா! நவநீதனும், பிரதிபாவும் அஸ்தியைக்

கரைக்கறதுக்காக ராமேசுவரம் போயிட்டாங்க... சிவசங்கர் ஆஃபீஸுக்கு போயிட்டார். இந்த வாய்ப்பை பயன்படுத்தி, நான் இப்போ தில்லைராஜனோட அறைக்குள் நுழைஞ்சுட்டேன்.''

''வீட்ல வேலைக்காரங்க இல்லையா...?''

''மொதல்ல இந்த வீட்டுல அஞ்சு வேலைக்காரங்க இருந்து இருக்காங்க. இப்போ ரெண்டே ரெண்டு பேர் மட்டும்தான். ஒருத்தன் காவலாளி. இன்னொருத்தன் சமையல்காரன். காவலாளி கேட்டைவிட்டு நகர மாட்டான். சமையல்காரன் சமையலறையைவிட்டு வெளியே வரமாட்டான்...''

''சரி! 'நீல நிலா' பத்தி தகவல் ஏதாவது கிடைச்சுதா?''

'''நீல நிலா'னு தலைப்பில ஒரு பழைய புத்தகம் கிடைச்சதுய்யா.''

''புத்தகம் கைக்கு கிடைச்சு ஒரு பிரயோசனமும் இல்லை... அந்த அறைக்குள் 'நீல நிலா' எங்கேயாவது இருக்கும். தேடிப்பாரு.''

''சரிங்கய்யா.''

''கிடைச்சதும் எனக்கு போன் பண்ணு.''

''அய்யா! ஒருவேளை அது இந்த அறையில இல்லேன்னா?''

''அந்த 'நீல நிலா' புத்தகத்தை உன் அறைக்கு கொண்டு போய் நிதானமா படிச்சுப் பாரு. அதுல ஏதாவது ரகசிய குறிப்பு இருக்கலாம். அந்தக் குறிப்பை வைச்சு கண்டுபிடிச்சுடலாம்.''

''சரிங்கய்யா...''

''எந்த ஒரு காரியத்தைப் பண்ணுறதானாலும் அதுல ஒரு நிதானம் இருக்கட்டும். அந்த வீட்டுல இருக்கறவங்க யாரும் உன்னை சந்தேகப்படக் கூடாது. அதுக்கு வாய்ப்பு தற்ற மாதிரி நீ நடந்துக்கவும் கூடாது...''

''சரிங்கய்யா.''

"தில்லைராஜனின் அறைக்குள் ஏதாவது ரகசிய அறையும் இருக்கலாம். அதையும் பாரு."

"பார்த்துடறேன்யா! பார்த்துட்டு மறுபடியும் உங்களுக்கு போன் பண்ணுறேன்யா" ரங்கதுரை பேசிவிட்டு, செல்போனை அணைத்து இடுப்பு வேட்டி மடிப்பில் மறைத்து வைத்துக்கொண்டு, அறைக்குள் பார்வையை போட்டான்.

கிட்டத்தட்ட முப்பது நிமிடம்.

அறையை அங்குலம் அங்குலமாய் அலசிப்பார்த்துவிட்டு முத்துக்கண்ணப்பருக்கு மறுபடியும் போன் செய்தான்.

"அய்யா! தில்லைராஜனோட அறைக்குள்ளே 'நீல நிலா' இல்லேன்னு நினைக்கிறேன். எல்லா இடத்திலேயும் தேடிப் பார்த்துட்டேன். அது இருக்கிறதுக்கான அறிகுறியே தெரியலை..."

"சரி! அந்த புத்தகத்தை முழுசா படிச்சிட்டியா? அதுல நிச்சயமா ஏதாவது குறிப்பு இருக்கலாம்..."

"இல்லைய்யா! புத்தகத்தைப் படிச்சிட்டு இன்னிக்கு ராத்திரி உங்களுக்கு போன் பண்ணுறேன்..."

"பத்திரம் ரங்கதுரை! புத்தகத்தை அறையைவிட்டு வெளியே கொண்டு வரும்போதும் சரி, படிச்சுட்டு மறுபடியும் அறைக்குள் கொண்டுபோய் வைக்கும்போதும் சரி, யாருடைய பார்வையிலும் பட்டுடக்கூடாது."

"சரிங்கய்யா..." ரங்கதுரை செல்போனை மறுபடியும் வேட்டியின் மடிப்புக்குள் மறைத்துவைத்துவிட்டு, மேஜை மேலிருந்த 'நீல நிலா' புத்தகத்தை கையில் எடுத்துக் கொண்டான்.

மெதுவாய் நடைபோட்டு கதவை நெருங்கி, தாழ்ப்பாளின்மேல் கையை வைத்து திறந்தான்.

கதவை கொஞ்சமாய் விலக்கி வெளியே எட்டிப் பார்த்தான்.

யாரும் இல்லை.

கதவை விரிய திறந்துகொண்டு வெளிப்பட்டவன், பழையபடி அறையை பூட்டிவிட்டு வராந்தாவில் நடந்தான்.

பத்தடி நடந்து இருப்பான்.

பக்கவாட்டு தூண் மறைவிலிருந்து அந்தக் குரல் கேட்டது.

"ரங்கதுரை..."

ரங்கதுரை அதிர்ந்து போனவனாய் திரும்பிப் பார்த்தான்.

வராந்தாவின் பெரிய தூண் மறைவிலிருந்து நவநீதன், பிரதிபா, சிவசங்கர் உதட்டில் ஒட்டவைத்த புன்னகைகளோடு வெளிப்பட்டார்கள்.


**பௌ**ர்ணமி நிலா மேலெழுந்தது.

காணாதது கண்டான்கோட்டைக்குள், மெலிதான நீலநிற வெளிச்சம் பரவியிருக்க, பத்ரிநாராயணன் தலைமையில் எல்லோரும் உள்ளே நுழைந்தார்கள்.

மேகலா, ரமா, பொன்மணி அவரைப் பின்தொடர்ந்துபோக சபாவும், குருவன் சூரியமூர்த்தியும் அவர்களுக்கு அடுத்தபடியாய் நடக்க, கடைசியாய் மாணிக்கமும், சுந்தரும் தயக்கநடை போட்டார்கள்.

நேரம் கிடைத்தபோதெல்லாம் அவர்கள் பேசிக்கொண்டார்கள்.

"மாணிக்கம்..."

"ம்..."

"நாம எதிர்பார்த்ததைவிட, கோட்டைக்குள் நிலா வெளிச்சம் அதிகமாய் இருக்கு. நாம நினைச்சபடி இந்த வெளிச்சத்துல மேகலாவை தீர்த்துக்கட்ட முடியுமா...?"

"இப்பத்தான் கோட்டைக்குள்ளே நுழைஞ்சிருக்கோம். விடியவிடிய இந்தக் கோட்டைக்குள்தான் இருக்கப்போறோம். மேகலாவைத் தீர்த்துக்கட்ட நமக்கு அரை நிமிஷம்போதும். அந்த அரைநிமிஷம் நமக்கு கிடைக்காதா என்ன...?"

"அரை நிமிஷம் கிடைக்கும். ஆனா யாருக்கும் தெரியாதபடி காரியத்தை முடிக்க முடியுமா...?"

"முடியும். இந்த விஷக்கத்தியோட முனை மேகலாவோட உடம்பில் எந்த இடத்தில் பட்டாலும் சரி, பத்தே வினாடியில் அவளுடைய ரத்த ஓட்டத்தில் நஞ்சு கலந்து மரணம். தொண்டையை திறந்து சத்தம் போடுறதுக்குள்ளே அவள் மூச்சு நின்னுடும்..."

"சரி.. சரி பெரிசு என்னமோ விளக்கம் அளிக்குது. கவனி! இல்லேன்னா அதுக்கு கோபம் வந்துடும்."

இருவரும் பேச்சை நிறுத்திக்கொண்டு, பத்ரிநாராயணனைப் பார்க்க அவர் குறுகலான ஒரு மண்டய வாயிலில் நின்றுகொண்டு குரலை உயர்த்தினார்.

"ஒவ்வொரு பௌர்ணமி நாளிலும் இந்த காணாதது கண்டான்கோட்டைக்குள் படுக்கையறை விளக்கு வெளிச்சம்போல் எப்படி வெளிச்சம் வருது...? இப்படி வெளிச்சம் வர என்ன காரணம்...? இந்த ரெண்டு கேள்விகளுக்கும் காரணம் கண்டுபிடிக்கத்தான் அரசாங்கமும், புதைபொருள் ஆராய்ச்சித்துறையும் நம்மை அனுப்பியிருக்கு...!"

"சார்..." பொன்மணி குறுக்கிட்டாள்.

"என்ன?"

"காணாதது கண்டான் கோட்டையும் இந்த நிலா வெளிச்ச அதிசயமும் உண்மையிலேயே பிரமிப்பானவை...! இதுவரைக்கும் இந்த விஷயம் வெளியுலகத்துக்கு தெரியல... அது ஏன்...?"

"விஷயத்தை வெளியிடாமல் மூடி மறைச்சது புதைபொருள் ஆராய்ச்சித்துறைதான். மக்களுக்கு இப்படியொரு இடம் இருக்கிறது தெரிஞ்சா அடுத்த நாளிலிருந்து இந்த இடம் ஒரு சுற்றுலாத்தலமாய் மாறிடும். அப்படி மாறிட்டா ஆராய்ச்சிகளை நாம நிம்மதியா தொடர முடியாது. அதான் ஆராய்ச்சிகள் முடிகிறவரைக்கும் வெளி உலகத்துக்கு தெரியவிடலை..."

இப்போது சபா இடைமறித்தான்.

"சார்! இதுக்கு முந்தி யாராவது வந்து இந்த கோட்டையை ஆராய்ச்சிபண்ணி இருக்காங்களா?"

"நாலைஞ்சு வருடத்துக்கு முந்தி ஒரு குழு வந்தது. பௌர்ணமி நாளில் கோட்டைக்குள் நிலா வெளிச்சம் பிரகாசமாய் இருக்கிறதுக்கு காரணம் கோட்டைச்சுவர்களில் பூசப்பட்டிருக்கும் மூலிகைச்சாறு கலந்த சுண்ணாம்பு பூச்சுதான்னு அறிக்கை கொடுத்தாங்க. அந்த அறிக்கையை புதைபொருள் ஆராய்ச்சித்துறை ஏத்துக்கலை. நான் இந்த துறைக்கு தலைவராய் வந்தபிறகுதான் புதிய கோணத்தில் இந்த காணாதது கண்டான்கோட்டையை ஆராய்ச்சி பண்ண ஆரம்பிச்சேன்..."

"இந்த வெளிச்சத்துக்கு என்ன காரணம் இருக்க முடியும் சார்...?" மேகலா கேட்டாள்.

பத்ரிநாராயணன் புன்னகைத்தார்.

"எனக்குத் தெரிஞ்சு ஒரேகாரணம்தான்."

"என்ன சார்...?"

அவர் சொல்ல ஆரம்பித்தார்.

# 20

பத்ரிநாராயணனை எல்லோரும் வியப்பாய் பார்த்துக் கொண்டிருக்க, அவர் ஒரு புன்சிரிப்போடு தொடர்ந்தார்.

"இந்த காணாதது கண்டான்கோட்டை, பௌர்ணமி வெளிச்சத்தில் நீலநிறமாய் இருப்பதற்கு காரணம் இந்த மண்ணில் மண்டிக்கிடக்கிற ஒரு வகையான தாதுப்பொருள்தான்னு புதைபொருள் ஆராய்ச்சிக்கழகம் முடிவு பண்ணியிருக்கு. அது எந்தளவுக்கு உண்மைன்னு கண்டுபிடிக்கத்தான் நாம வந்து இருக்கோம். இது ஒரு ரகசிய செய்தி. வெளி உலகத்துக்கு தெரியாத செய்தி. நாம் இங்கே தங்கி இருக்கப்போற பத்து நாளும் இந்தக் கோட்டைக்குள் இருக்கிற மண்ணையும், கல்லையும் தோண்டி எடுத்து அதில் இருக்கிற தாதுப்பொருள்களை பிரிச்சுப் பார்க்கப்போறோம்."

சுந்தரும், மாணிக்கமும் ஒருவரை ஒருவர் பார்த்துக் கொண்டார்கள். தலைகளை பக்கம் பக்கமாய் சாய்த்து மற்றவர்களுக்கு கேட்டுவிடாமல் பேசிக்கொண்டார்கள்.

"பெரிசு சொல்ற கதையைக் கேட்டியா...?"

"நம்பற மாதிரியா இருக்கு? கல்லாம்... மண்ணாம்... அதைத் தோண்டி எடுத்து ஆராய்ச்சியாம்...?"

"அரசாங்கத்துல வாங்கற சம்பளத்துக்கு ஏதாவது செய்ய வேண்டாமா...?"

எல்லோரும் பின்தொடர பத்ரிநாராயணன் கோட்டையின் உட்பிரகாரத்திற்கு வந்து, அங்கேயிருந்த கல் படிகளில் ஏறினார். கோட்டையின் மாடப்பகுதிக்கு போனார்.

வழி முழுதும் நீலநிற வெளிச்சம். சுவர்களில் செதுக்கியிருந்த சிற்பங்கள் துல்லியமாய் பார்வைக்குக் கிடைத்தன.

பத்ரிநாராயணன் அங்கிருந்த விதானம் ஒன்றைக் காட்டி பேச முயன்றபோது...

அதுவரைக்கும் பளிச்செ்ன்று பரவியிருந்த நீலநிற வெளிச்சம் கொஞ்சம் கொஞ்சமாய் குறைந்தது. கோட்டை ஒரு மெலிதான இருட்டுக்குள் மூழ்க ஆரம்பித்தது.

எல்லோருடைய முகங்களும் ஒரு கலவரத்துக்குப்போக, பத்ரிநாராயணன் உரக்கக்குரல் கொடுத்தார்.

"நீலநிற வெளிச்சம் திடீனு குறைஞ்சதுக்கு காரணம் பௌர்ணமி நிலா, மேகங்களால் சூழப்பட்டு இருக்கலாம்..." சொன்னவர் சாளரம் வழியாக குனிந்து வானத்தைப் பார்த்தார்.

கருமேகங்களிடையே நிலவு சிக்கியிருந்தது. வேகமாக வீசிக் கொண்டிருந்த காற்றில் குளிரும் லேசான மண்வாடையும் அடித்தது.

"குருவன்..."

"அய்யா..."

தள்ளி நின்றிருந்த சூரியமூர்த்தி போலியான பவ்யத்தோடு ஓடிவந்தார்.

"ஆகாயத்தில் சூழ்ந்து இருக்கிற மேகத்தையும், அடிக்கிற குளிர் காற்றையும் பார்த்தால் மழை வரும் போலிருக்கு... நீ பார்த்துச் சொல்லு."

சூரியமூர்த்தி வானத்தை அண்ணாந்து பார்த்து, காற்றை நாசி நிறைய இழுத்து மோப்பம் பிடித்துவிட்டுச் சொன்னார்.

"அய்யா! ஈசான மூலையில் மின்னல் வெட்டுது. மழை வரும்தான் போலிருக்கு... நாம கோட்டைக்குள்ள நுழையறப்ப வானத்துல ஒரு துளி மேகம் இல்ல... இப்போ பாருங்க, காத்து, மேகங்களை தள்ளிட்டு வந்திருக்குதே! எப்படியும் மழை வரும்யா..." சூரியமூர்த்தி சொல்லிக்கொண்டிருக்கும்போதே நிலவின் வெளிச்சம் மேலும் குறைந்தது. கோட்டை இருளில் மூழ்கியது.

பத்ரிநாராயணன் குரல் கொடுத்தார்.

"சுந்தர்..."

"சார்..."

"மெழுகுவர்த்திகளை கொளுத்தி வை. நம்மகிட்ட இருக்கறது ஒரே ஒரு டார்ச் மட்டும்தான்.. அந்த குரங்குகூட்டத்துக்கு டார்ச் லைட்ஸ் இருந்த பேஜ தார வார்த்து கொடுக்காம இருந்திருந்தா.. ஒரு பிரச்சனையும் இருந்திருக்காது. எல்லாம் உங்க கவனக்குறைவு.. கொஞ்சம் கூட யாருக்கும் பொறுப்பில்லை.... அதனால நிலா பழையபடி பிரகாசிக்கிற வரை நாம இருக்கிற இடத்தைவிட்டு அசைய முடியாது..."

மேகலா, பொன்மணி, ரமா உதவி செய்ய சுந்தர் ஏழெட்டு மெழுகுவர்த்திகளை அந்த மாடப்பகுதி முழுதும் பொருத்தி வைத்தான்.

மெலிதான மஞ்சள் வெளிச்சம் பரவியது.

நிலவு மேகங்களிலிருந்து விடுபடுவதற்காக காத்து இருந்தார்கள்.

ஐந்து நிமிடம்...

பத்து நிமிடம்...

பதினைந்து...

நிலவு, மேகங்களின் பிடியிலேயே சிக்கியிருக்க காற்றின்

173

வேகம் திடீரென்று அதிகரித்தது. கோட்டையைச் சுற்றிலும் இருந்த மரங்கள் ஆடின. ஒரு இடிச்சத்தம் திடுமென்று எழ, மின்னல் வெளிச்ச வாளை வானத்தில் எறிந்தது.

அடுத்த ஐந்தாவது நிமிடம்...

வானம் பொத்துக்கொண்டாற்போல் மழை.

எரிந்துகொண்டிருந்த மெழுகுவர்த்திகள் சட்சட்டென்று அணைந்து போக கோட்டையின் மாடப்பகுதி முழுதும் இருட்டு.

பத்ரிநாராயணன் குரல் கொடுத்தார்.

"யாரும் இருக்கிற இடத்தைவிட்டு அசைய வேண்டாம். அப்படியே உட்கார்ந்து ஓய்வு எடுங்க. மழை எப்படியும் கொஞ்ச நேரத்துக்குள் நின்னுடும். நிலவு பழையபடி பிரகாசிக்க ஆரம்பிச்சதும் நம்ம வேலையைத் தொடங்கிடுவோம்..."

எல்லோரும் அப்படியே உட்கார்ந்தார்கள்.

இருட்டில் சோவென்று பெய்து கொண்டிருந்தது மழை.

'மழை நிற்குமா...?'

பத்ரிநாராயணன் தவிப்போடு வானத்தையே பார்த்துக் கொண்டிருக்க, இருட்டில் ஒரு ஓரமாய் பக்கம் பக்கம் உட்கார்ந்திருந்த சுந்தரும், மாணிக்கமும் ஒருத்தர் கையை இன்னொருத்தர் பற்றி உற்சாகமாக உள்ளங்கைகளில் கிள்ளிக் கொண்டார்கள்.


சென்னை. தில்லைராஜனின் அறையிலிருந்து வெளிப்பட்ட ரங்கதுரை எதிரே நவநீதன், சிவசங்கர், பிரதிபாவைப் பார்த்ததும் பொறியில் மாட்டிக்கொண்ட எலி போல் தவித்து, பின் அப்படியே சுவரில் சாய்ந்து கொண்டான்.

நவநீதன் மெல்ல நடைபோட்டு, ரங்கதுரையை நெருங்கி

அவனுடைய தோளில் கை போட்டான்.

"என்ன ரங்கதுரை! அப்பாவோட அறையை கூட்டிப்பெருக்கி சுத்தம் பண்ணிட்டு வாரியா...?"

"................."

"பொய் பேச ஆரம்பிச்சுடாதே! நாங்க கேட்கிற முதல் கேள்வியிலிருந்தே உண்மையைச் சொல்ல ஆரம்பிச்சுடு. அப்பத்தான் நீ உயிரோட இருக்க முடியும்."

ரங்கதுரை பயத்தில் எச்சில் விழுங்கினான். கைகளை கூப்பினான்.

"சார்... வந்து... நான் தப்பான எண்ணத்தோட அப்பாவின் அறைக்குள்ள போகலை! நான், கீழேஇருக்கும்போது மேலே டெலிபோன் மணி அடிச்சது... வீட்டுல யாரும் இல்லாததால போனை எடுக்க வந்தேன். எந்த அறையில போன் அடிக்குதுன்னு தெரியாம..."

"அப்பாவோட அறைக்குள் நுழைஞ்சிட்டே...?"

"ஆமா... சார்..."

நவநீதன் பளீரென்று கையை வீசி, ரங்கதுரையின் கன்னத்தில் ஓங்கி அறைந்தான்.

ரங்கதுரை பொறி கலங்கிப் போய் உட்கார்ந்தான்.

சிவசங்கர் தன் பங்குக்கு ரங்கதுரையின் முகத்தில் எட்டி உதைக்க, மூக்கு எலும்பு உடைந்து, ரத்தம் கொட்டியது.

"இதோ பார்! முதல் பொய்யிக்கே இவ்வளவு ரத்த சேதம்.... தொடர்ந்து பொய் பேசினே, உன் உடம்புக்குள்ள ஒரு சொட்டு ரத்தம் இருக்காது... உண்மையைச் சொல்லு. யார் நீ...? எதுக்காக இந்த உளவு வேலை...? பூட்டியிருந்த எங்கப்பாவோட அறையை கம்பி போட்டு திறந்து, வேவு பார்க்கக் கூடிய

அளவுக்கு அந்த அறையில் என்ன இருக்கு...?"

ரங்கதுரை ரத்தம் வழியும் மூக்கோடு மூன்று பேரையும் மாறிமாறி பார்க்க, பிரதிபா பேசினாள்.

"சித்த வைத்தியர் முத்துக்கண்ணப்பர் உன்னை வேலைக்கு எடுத்துக்கும்படி எங்களுக்கு போன்பண்ணிச் சொல்லும்போதே என் மனசுக்குள் ஒரு சந்தேகம். முத்துக்கண்ணப்பரோடு எங்களுக்கு அவ்வளவு பழக்கம் இல்லாதப்ப, அவர் உன்னை வேலைக்கு எடுத்துக்கும்படி சிபாரிசு பண்ணினது எனக்கு நெருடலா பட்டுச்சு... என் நெருடலை அண்ணன்கிட்ட சொன்னேன். அவங்களும் யோசனை பண்ணிப் பார்த்துட்டு, என்னோட சந்தேகத்தை ஒத்துக்கிட்டாங்க... எங்க அப்பாவோட மரணத்துக்கும் உனக்கும் ஏதாவது தொடர்பு இருக்கலாம்னு நினைச்சோம். அதைக் கண்டுபிடிக்கறதுக்காக உன்னை வேலையில சேர்த்துக்கிட்டோம். நாங்க மூணு பேரும் இந்த வீட்ல இல்லாதப்ப உன்னோட செயல்பாடுகள் எப்படி இருக்குன்னு தெரிஞ்சுக்க ஆசைப்பட்டோம். நானும், பெரிய அண்ணனும் அப்பாவோட அஸ்தியைக் கரைக்க ராமேஸ்வரம் போறதா சொல்லிட்டு கிளம்பினோம்... சின்ன அண்ணன் கம்பெனிக்கு போனார். நாங்க மூணு பேரும் வீட்டுல இல்லைன்னு தெரிஞ் சதுமே நீ உன் சுயரூபத்தைக் காட்டிட்டே...! எங்களுக்கு வேண்டியது உன் உயிர் இல்லை... உண்மைகள். உன்னை போலீஸ்ல ஒப்படைக்க எங்களுக்கு ஒரு அஞ்சு நிமிஷம்போதும். போலீஸ்ல உன்னை ஒப்படைச்சா, நிலைமை என்னாகும்னு யோசிச்சுப் பாரு..."

ரங்கதுரையின் கண்களில் மிரட்சி.

"போ... போ... போலீஸ்... வே... வேண்டாம்.... சார்..."

"வேண்டாம்னா உண்மையைச் சொல்லு..."

"நான்... உங்கப்பாவோட அறைக்குள் நுழைஞ்சதுக்கு

காரணம்..." வார்த்தைகளை மென்று விழுங்கினான் ரங்கதுரை.

"ம்... சொல்லு."

"அங்கே 'நீல நிலா' இருக்கான்னு பார்க்கத்தான்..."

நவநீதன், சிவசங்கர், பிரதிபா மூன்று பேரும் திகைப்பாய் ஒருவரை ஒருவர் பார்த்துக் கொண்டார்கள்.

"நீல நிலாவா...?"

"ஆமா..."

"ம்... எங்கப்பா உயிருக்கு போராடிட்டு இருக்கும்போது கடைசியா சொன்ன வார்த்தை இந்த 'நீலநிலா'தான்! 'நீலநிலா'ன்னா என்ன...?"

"அது... அது... வந்து..."

"சொல்லு..."

"படிகம்... சார்..."

"படிகமா! கண்ணாடிக் கல் மாதிரி இருக்குமே, அதுவா...?"

"அதுதான்... ஆனா நீங்க நினைக்கிறமாதிரி அது சாதாரண படிகம் கிடையாது சார்... ஆயிரம் வருஷத்துக்குமுன்னாடி சித்தர்களால் உருவாக்கப்பட்ட மூலிகை குணம் கொண்ட படிகம். அந்த 'நீல நிலா' படிகம் ஒருத்தர்கிட்ட இருந்தா அவருக்கு எந்த நோயும் வராது. ஆரோக்கியமான மனிதன் நூறு வயசுவரை வாழலாம். ஆனா அந்த படிகம் கையில் இருந்தா 200 வயசுவரையும் உயிர் வாழலாம்... அவ்வளவு மகிமை வாய்ந்த கல் சார் அது...!"

நவநீதன் புன்னகைத்தான்.

"என்ன... அம்புலிமாமா கதை சொல்றியா...?"

"இது கதையில்ல சார்... உண்மை! அப்பட்டமான உண்மை! சித்தர் பாடல்கள்ல இந்த 'நீல நிலா'வை 'கடல் வண்ண

மதி'ன்னு சொல்லி அதனோட மருத்துவ குணங்களை பாடி இருக்காங்க. அந்தக் கல்லுக்கு ஒரு கோடி ரூபாய் விலை கொடுக்க, தமிழ்நாட்டில் ஒரு பெரிய பணக்கார புள்ளி தயாராய் இருக்கார் சார்...!''

''என்னது... ஒரு கோடியா...?''

''ஆமா சார்...''

''யார் அந்த பணக்காரன்...?''

''எனக்குத் தெரியாது...?''

''வேற யாருக்குத் தெரியும்...?''

''சித்த வைத்தியர் முத்துக்கண்ணப்பருக்குத் தெரியும் சார்...''

''சரி... இந்த 'நீல நிலா' படிகக்கல் எங்க அப்பாவோட கைக்கு எப்படி வந்துச்சு...?''

''அதுபத்தி எனக்குத் தெரியாது சார்...''

''பொய் சொல்லாதே...!''

''சார்... நான் இப்போ சொல்லிட்டு இருக்கிறது எல்லாமே உண்மை... என்னை நம்புங்க சார்...''

''சரி! எங்கப்பாவுக்கு இரண்டாவது தடவை நினைவு வந்து, 'கே.கே.எப்.எப்'ன்னு நாலு ஆங்கில எழுத்துக்களை எழுதிக் காட்டினார். அந்த எழுத்துக்களுக்கு என்ன அர்த்தம்...?''

ரங்கதுரை சிலவினாடி யோசித்துவிட்டு சொன்னான்.

''காணாதது கண்டான் வனச் சரகம்மோட ஆங்கிலச் சுருக்கம்தான் அது...!''

''காணாதது கண்டான் காட்ல இருக்கிற கோட்டைக்கும் 'நீல நிலா' படிகக்கல்லுக்கும் என்ன தொடர்பு...?''

''அந்தக் கோட்டைக்குள்ளேதான் 'நீலநிலா' படிகக்கற்கள்

இருக்கு சார்...! அந்தக் கற்கள் பூமிக்கு அடியில புதையுண்டுகிடந்தாலும் பௌர்ணமி நாள்ல நிலா வெளிச்சத்தை கிரகிச்சு, கோட்டைக்கு நீலநிறத்தைக் கொடுக்கும்..."

"நீ சொல்றது எதுவுமே நம்புற மாதிரி இல்லையே...?"

"கேட்கறப்ப அப்படித்தான் சார் இருக்கும். நேர்ல பார்த்தாதான் நீங்க நம்புவீங்க... புதைபொருள் ஆராய்ச்சிக்கழகத்தில் உங்களுக்கு தெரிஞ்சவங்க யாராவது இருந்தா, காணாதது கண்டான்கோட்டையைப்பத்தி கேட்டுப் பாருங்க சார்... தெரியும்!"

நவநீதன், சிவசங்கரை ஏறிட்டான்.

"உனக்கு யாரையாவது அங்கே தெரியுமா...?"

"என்னண்ணா இப்படிக் கேட்டுட்டே...? நம்ம அப்பாவோட நண்பர் ஒருத்தர் புதைபொருள் ஆராய்ச்சிக்கழகத்தில் நல்ல பதவியில் இருந்தாரே... அவர் பேர் கூட..."

சிவசங்கர் யோசிக்க, பிரதிபா சொன்னாள். "பத்ரிநாராயணன்"

# 21

சித்த வைத்தியர் முத்துக்கண்ணப்பர் ஒருவித குற்ற உணர்வோடு தன்னைச் சுற்றிலும் உட்கார்ந்திருந்த நவநீதன், சிவசங்கர், பிரதிபா ஆகியோரைப் பார்த்துவிட்டு நவநீதனை ஏறிட்டார்.

மெல்லிய குரலில் தயக்கமாய் பேச ஆரம்பித்தார்.

"தம்பி! நான் பண்ணினது தப்புதான். 'நீல நிலா' என்கிற அந்த மூலிகை படிகம் எனக்கே கிடைக்கணும்ங்கிற ஒரு பேராசையில, என் ஆளான ரங்கதுரையை உங்க வீட்டுக்கு வேலைக்கு அனுப்பி வைச்சேன். அந்த 'நீல நிலா'வைப் பத்தின உண்மைகளை உங்ககிட்டேயே சொல்லி இருக்கலாம். சொல்லாமல் மறைச்சது என்னோட தப்புதான். அதுக்காக நான் உங்ககிட்ட மன்னிப்பு கேட்டுக்கிறேன்..."

நவநீதன் குறுக்கிட்டான். "அய்யா! நீங்க பண்ணினது தப்புன்னு நான் சொல்ல மாட்டேன். இப்படியொரு அரிதான படிகம் இருந்தா எல்லோருமே தன்னோட கைக்கு கிடைக்கணும்னுதான் ஆசைப்படுவாங்க. அப்படியொரு நியாயமான ஆசையைத்தான் நீங்களும் பட்டு இருக்கீங்க. இப்ப எங்க கவலையெல்லாம் என்ன தெரியுங்களாய்யா...? நீங்க சொன்ன அந்த 'நீல நிலா' மூலிகை படிகம் அப்பாகிட்ட எப்படி வந்தது...? அதை அப்பாவுக்கு கொடுத்தது யாரு? அப்பாவுக்கும், காணாதது

கண்டான் காட்டுப்பகுதியில இருக்கும் கோட்டைக்கும் என்ன சம்பந்தம்...? அந்த கோட்டைக்கு அப்பா போயிருக்காரா...? இல்லையா...? இதுமாதிரியான கேள்விகள்தான் எங்க மனசுக்குள்ளே குடைஞ்சுட்டிருக்கு! அப்பாவோட அறைக்குள்ளே இருக்கிற புத்தகங்கள்ல பாதி புத்தகங்கள் புதைபொருள் ஆராய்ச்சி சம்பந்தப்பட்ட புத்தகங்கள். அதுல ஒரு புத்தகத்தோட தலைப்பு 'நீல நிலா'. அந்தப் புத்தகத்தைப் படிச்சுப் பார்த்தப்ப, காணாதது கண்டான் கோட்டைப் பகுதிக்குள்ள நிறைய மூலிகைப்படிகங்கள் புதையுண்டு இருப்பதாகவும், அதனால் அந்தப் பகுதி முழுவதும் நிலா வெளிச்சத்தில் நீலநிறமாய் காட்சி அளிப்பதாகவும் எழுதியிருந்தது. அதை நம்பவும் முடியலை. நம்பாமல் இருக்கவும் முடியலை... அதனால் தான் அதைப்பத்தி உங்ககிட்டேயே கேட்டுட்டுப் போலாம்னு வந்தோம்..."

முத்துக்கண்ணப்பர் சில வினாடி மௌனித்துவிட்டு நிமிர்ந்தார்.

"அந்தப் புத்தகத்தில் எழுதியிருக்கிற எல்லா தகவல்களும் உண்மைதான். உங்கப்பா தில்லைராஜனுக்கு புதைபொருள் ஆராய்ச்சி சம்பந்தப்பட்ட யாரோ நண்பராய் இருந்து, அவர் 'நீல நிலா' படிகத்தை கொடுத்து இருக்கலாம். அப்பாவுக்கு அப்படிப்பட்ட நண்பர்கள் யாராவது இருக்காங்களா...?"

"ஒருத்தர் இருக்காருங்கய்யா..."

"யார் அவர்...?"

"அவரோட பேர் பத்ரிநாராயணன். புதைபொருள் ஆராய்ச்சி கழகத்தில தலைவராய் இருக்கார்."

"அவரைப் போய் பார்த்தீங்களா...?"

"இனிமேதான் போய் பார்க்கணும்ய்யா... அதுக்கு முன்னாடி உங்ககிட்ட பேசிட்டு போலாம்னு வந்தோம்..."

"அந்த பத்ரிநாராயணன் எங்கே இருக்கார்...? இதே ஊரா இல்ல வெளியூரா...?"

"இதே ஊர்தான். திருவான்மியூரில் வீடு. அவருடைய வீட்டு கிரகப்பிரவேசத்துக்கு அப்பாவும், நானும் போயிருக்கோம்..."

"இந்த விஷயத்தில் உடனடியாய் அவரைப் பார்த்து பேசிடறது நல்லது... உங்கப்பா இறந்த விஷயம்கூட அவருக்கு தெரியாதுன்னு நினைக்கிறேன். தெரிஞ்சிருந்தா வந்து இருப்பாரே...!"

நவநீதன் எழுந்தான்.

"ஆமாய்யா! இப்ப நாங்க புறப்படுறோம். அந்த பத்ரிநாராயணனை பார்த்துடுறோம்..."

"தம்பி! நான் என்னோட ஆள் ரங்கதுரையை உங்க வீட்டுக்கு அனுப்பி 'நீல நிலா'பத்தி தெரிஞ்சிக்க விரும்பினது மிகப்பெரிய தப்பு. தயவுபண்ணி தப்பா நினைச்சுடாதீங்க... அதுக்காக உங்ககிட்ட மறுபடியும் மன்னிப்பு கேட்டுக்கறேன்..."

"மன்னிப்பு கேட்கிற அளவுக்கு நீங்க எந்த தப்பும் பண்ணலீங்கய்யா...! அந்த மூலிகை படிகம் எங்ககிட்ட கிடைச்சா அதை உங்ககிட்டயே கொண்டு வந்து கொடுத்துடுறோம். ஏன்னா என் உயிரை காப்பாத்தினவங்க நீங்க! அந்த படிகம் உங்ககிட்ட இருந்தா, அதை வைச்சு நீங்க பல பேரோட நோய்களைத் தீர்க்கலாமே...!"

"உங்க நல்ல எண்ணத்துக்கு ரொம்ப நன்றி தம்பி. நீங்க மொதல்ல அந்த பத்ரிநாராயணனை போய் பாருங்க."

நவநீதன், சிவசங்கர், பிரதிபா மூன்று பேரும் விடைபெற்றுக்கொண்டு வெளியே வந்தார்கள்.

காத்திருந்த காரில் ஏறிக்கொண்டார்கள். அரைமணி நேரப் பயணம்.

திருவான்மியூர் வந்தது.

பிரதிபா கேட்டாள்.

"அண்ணா! உங்களுக்கு அந்த பத்ரிநாராயணன் பங்களா ஞாபகம் இருக்கா...?"

"நல்லாவே ஞாபகம் இருக்கு! கடற்கரை ரோட்டுல நேராக போனா, பாரதிதாசன் நகர் வரும். அந்த நகருக்குள் நுழை... சா முதல் தெருவிலோ... இரண்டாவது தெருவிலோ பெரிய பங்களா..."

கார் கடற்கரை சாலையில் விரைந்தது.

அடுத்த சில நிமிடங்களில் பாரதிதாசன் நகர் வந்தது. முதல் தெருவிலேயே அந்த பங்களா பார்வைக்குக் கிடைத்தது.

காரைப் பார்த்ததும் காவலாளி கேட்டைத் திறந்துவிட, கார் உள்ளேபோய் போர்ட்டிகோவில் நின்றது.

காரிலிருந்து மூன்று பேரும் இறங்க, ஒரு வேலையாள் எதிர்ப்பட்டான்.

"யார் வேணுங்க...?"

"பத்ரிநாராயணன் இருக்காரா?"

"நீங்க...?"

"அவருக்கு வேண்டியவங்க."

"ஒரு நிமிஷம்... இந்த அறையில் உட்காருங்க..." வேலையாள் சொல்லிவிட்டு உள்ளே போனான்.

மூன்று பேரும் முன்பக்கம் இருந்த அறையில் போய் உட்கார்ந்தார்கள்.

சரியாய் ஐந்து நிமிடம் கரைந்தபோது அந்த இளம்பெண் சுடிதாரில் வந்தாள். வணக்கம் தெரிவித்துவிட்டுக் கேட்டாள்.

"அப்பாவை பார்க்க வந்தீங்களா...?"

"ஆமா."

"என்ன விஷயமாய்...?"

"அவர்கிட்ட கொஞ்சம் பேசணும்..."

"நீங்க யாரு...?"

"எங்க அப்பா தில்லைராஜனும், உங்க அப்பா பத்ரிநாராயணனும் நண்பர்கள்."

"நல்லது. அப்பா ஒரு ஆராய்ச்சி விஷயமாய் வெளியூர் போயிருக்கார். நான்தான் அவரோட பொண்ணு சாகித்யா. விஷயம் என்னன்னு சொல்லுங்க. அப்பா போன்ல பேசறப்ப சொல்லிடறேன்."

"'நீல நிலா' விஷயத்தை இவளிடம் சொல்லலாமா... வேண்டாமா?' நவநீதன் யோசித்த வினாடி

மாடியறையிலிருந்து யாரோ இருமும் சத்தம் கேட்டது.


**கா**ட்டுக்குள் மழை விட்டபாடில்லை.

மழை நசநசவென பெய்து கொண்டே இருந்தது. காணாதது கண்டான் கோட்டையின் சாளரப் பகுதியில் மாட்டிக்கொண்ட எட்டு பேரும், எடுத்துப் போயிருந்த சால்வைகளைப் போர்த்திக்கொண்டு, கிடைத்த இடங்களில் முடங்கிக் கொண்டார்கள்.

பத்ரிநாராயணன் சொன்னார். "காட்டுக்குள்ள இப்படி திடீர்னு மழை பெய்றது சகஜம். நாளைக்கும் நல்ல நிலா வெளிச்சம் இருக்கும். அந்த வெளிச்சத்தில் நாம 'நீல நிலா' ஆராய்ச்சியைத் தொடங்கலாம். இன்னிக்கு ராத்திரி எல்லோரும் நிம்மதியா தூங்குங்க! கோட்டைக்குள் பாதுகாப்பாய் இருக்கோம். இருந்தாலும் நம்ம பாதுகாப்புக்காக கூடுதல் ஏற்பாட்டை

பண்ணிக்கிறதுல தப்பில்லை. அதாவது நம்ம எட்டு பேர்ல, அஞ்சு பேர் ஆண்கள். ஒரு மணி நேரத்துக்கு ஒருத்தர்னு முறை வைச்சு, தூங்காமே காவல் காக்கணும். முதல் ஒரு மணிநேரத்துக்கு நான், அடுத்த ஒரு மணி நேரத்துக்கு குருவன், அதுக்கடுத்து மாணிக்கம். இப்படி யாராவது ஒருத்தர் கண்விழிச்சு காவல் காத்தா, வர்ற ஆபத்தை தவிர்த்துடலாம்..."

சூரியமூர்த்தி சொன்னார். "அய்யா...! நீங்கல்லாம் தூங்குங்க. நான் ராத்திரி பூராவும் கண்முழிக்கிறேன்... இந்த காட்டுக்குள்ளே எத்தனையோ ராத்திரிகளை நான் தூங்காமலே கழிச்சிருக்கேன்..."

"அது சரியில்லை குருவன்! ஒரு பொறுப்பை எல்லோரும் சரிசமமாய் பகிர்ந்துக்கணும். அதுதான் நல்லது. நீ இப்ப தூங்கு. ஒரு மணிநேரம் கழிச்சதும். நான் உன்னை எழுப்பறேன்... நீ ஒரு மணி நேரம் கண் முழிச்ச பிறகு, மாணிக்கத்தை எழுப்பிடு... மாணிக்கத்துக்கு அப்புறம் சுந்தர். சுந்தருக்கு அப்புறம் சபா..." சொன்ன பத்ரிநாராயணன், தன் இடுப்பில் மறைத்து வைத்திருந்த துப்பாக்கியை எடுத்துக் காட்டினார்.

"கண் முழிக்கிற ஒவ்வொருத்தரும் இதைக் கையில் வெச்சுக்கணும். ஏதாவது ஆபத்து வர்றமாதிரி இருந்தா தயங்காமே இந்தத் துப்பாக்கியை உபயோகப்படுத்தணும்... இதுல மொத்தம் ஆறு தோட்டா இருக்கு. குருவன்! உனக்கு துப்பாக்கி சுடத் தெரியுமா?"

"தெரியாதுங்கய்யா..."

"சரி! ஏதாவது ஆபத்து வர்ற மாதிரி இருந்தா நீ சுட வேண்டாம்... எங்களை எழுப்பிடு... போதும்."

"சரிங்கய்யா..."

ஒரே ஒரு டார்ச், கையில் துப்பாக்கியோடு பத்ரிநாராயணன் சுவருக்கு சாய்ந்து உட்கார்ந்து கொண்டார்.

மழையின் வேகம் சற்றே குறைந்திருந்தாலும் காற்று வேகமாய் வீசிக்கொண்டிருந்தது.

பத்ரிநாராயணன் கையில் துப்பாக்கியோடு எல்லாப் பக்கமும் பார்த்தபடி உட்கார்ந்திருக்க, சால்வைகளைப் போர்த்திக்கொண்டு பக்கம் பக்கமாய் படுத்திருந்த மாணிக்கமும், சுந்தரும் யாருக்கும் கேட்காத தொனிகளில் கிசுகிசுப்பாய் பேசிக் கொண்டார்கள்.

"மாணிக்கம்..." சுந்தர் கூப்பிட்டான்.

"ம்..."

"குருவனுக்கு அடுத்தது உனக்குத்தான் காவல் உத்தியோகம். மேகலாவோட கதையை முடிச்சுடலாமா?"

"பெரிசுக்கு சந்தேகம் வந்துடாதே?"

"நம்ம மேல சந்தேகம் வர்ற மாதிரியா கதையை முடிப்போம்? அவளை நீ முடிக்கிறியா? நான் முடிக்கட்டுமா?"

"ரெண்டு பேருமே சேர்ந்து முடிப்போம்."

"சாவிக்கொத்து பத்திரமா இருக்கா...?"

"ம்..."

"சரி... தூங்கு"

"இந்த மழைக்கு ஒரு நன்றி சொல்லணும்."

"நாளைக்கும் மழை பெய்யுமா...?"

"அதிருஷ்டம் நம்ம பக்கம் இருந்தா பெய்யும்..."

"சரி! தொணதொணன்னு பேசாதே! பெரிசு காதுல விழுந்து தொலைக்க போவுது..."

"அது காதுல எங்கே விழப்போகுது...? அந்தப் பக்கமா திரும்பித்தானே பார்த்துட்டிருக்கு...?"

"பாரு... மழை மறுபடியும் அதிகமாயிடுச்சு! பெய்யுற

மும்முரத்தை பார்த்தா ரெண்டுநாளைக்கு மழை நிக்காது போலிருக்கு.''

''பெரிசு இந்தப் பக்கமா திரும்பிப் பார்க்குது...''

பேச்சை நிறுத்திக் கொண்டார்கள்.

இருட்டிலும், மழையிலும் நேரம் கரைந்து, அறுபது நிமிடத்தை விழுங்கியிருக்க பத்ரிநாராயணன் தனக்குப் பக்கத்தில் படுத்திருந்த சூரியமூர்த்தியின் தோளைத் தொட்டார்.

''குருவன்...''

பாதி தூக்கமும் விழிப்புமாய் படுத்திருந்த சூரியமூர்த்தி, சட்டென்று எழுந்து உட்கார்ந்து கொண்டார்.

''அய்யா...''

''இனி அடுத்த ஒரு மணி நேரத்துக்கு நீ! இந்தா... துப்பாக்கியைப் பிடி... இப்ப மணி ஒண்ணு. சரியா ரெண்டு மணிக்கு மாணிக்கத்தை எழுப்பிடு.''

''சரிங்கய்யா...''

சூரியமூர்த்தி துப்பாக்கியை வாங்கிக்கொள்ள பத்ரிநாராயணன் தன்னிடமிருந்த உல்லன் சால்வையைப் போர்த்திக்கொண்டு, பக்கத்தில் கிடந்த விரிப்பில் சாய்ந்தார்.

நேரம் சரியாய் இரண்டு மணி.

மழை இன்னமும் வாயை மூடாமல் சளசளவென்று பெய்து கொண்டிருக்க, உட்கார்ந்திருந்த சூரியமூர்த்தியைத்தவிர, எல்லோரும் அயர்ந்து தூங்கிக் கொண்டிருந்தார்கள்.

'மாணிக்கத்தை எழுப்பி, துப்பாக்கியை கையில் கொடுத்துவிட்டு போர்வைக்குள் புகுந்து தூக்கத்தைத் தொடர வேண்டியதுதான்' முடிவு செய்து கொண்டு, சூரியமூர்த்தி மெல்ல நகர்ந்துபோய், ஒருக்களித்து தூங்கிக்கொண்டிருந்த மாணிக்கத்தைத் தொட்டார்.

"மாணிக்கம்..." மெல்ல கூப்பிட்டார்.

".................."

"எந்திரி மாணிக்கம்! மணி ரெண்டாச்சு" சொல்லிக்கொண்டே அவனுடைய நெஞ்சுப்பகுதியில் கையை வைத்து லேசாய் உசுப்பிய சூரியமூர்த்தி திடுக்கிட்டார்.

கைவிரல்களில் எதுவோ பிசுபிசுப்பாய் ஒட்டியது. டார்ச் வெளிச்சத்தில் அவனுடைய கையை உயர்த்தி பார்த்தார்.

ரத்தம்!

அதிர்ந்து போய் பார்த்தார்.

விழிகள் நிலைகுத்தி இறந்து போயிருந்தான் மாணிக்கம்.

22

'**கா**ணாதது கண்டான்' கோட்டை சூரிய வெளிச்சத்தில் அலம்பப்பட்டு ஒரு பூ மலர்வது போல் விடிந்து கொண்டிருக்க பத்ரிநாராயணன் செல்போனில் பேசிக் கொண்டிருந்தார். குரலில் பதற்றம்.

"பொன்வயல் போலீஸ் ஸ்டேஷனா...?"

"ஆமாம்..."

"இன்ஸ்பெக்டர் இருக்கிறாரா?"

"நான் இன்ஸ்பெக்டர்தான் பேசுறேன்..."

"இன்ஸ்பெக்டர் சார்! காணாதது கண்டான் கோட்டை இருக்கிற காட்டுப்பகுதி உங்க போலீஸ் ஸ்டேஷன் எல்லைக்குள்தானே வருது?"

"ஆமா, நீங்க யாரு...?"

"என்னோட பேர் பத்ரிநாராயணன். புதைபொருள் ஆராய்ச்சிக்கழக தலைவரா இருக்கேன். ரெண்டு நாளைக்குமுந்தி என்னோட ஆராய்ச்சிக் குழுவோட காணாதது கண்டான்கோட்டைக்கு ஆராய்ச்சி நிமித்தமா வந்தோம். வேன் டிரைவரையும் சேர்த்து மொத்தம் எட்டு பேர். வந்த இடத்துல ரெண்டு அசம்பாவிதங்கள். முதலாவது எங்க குழுவில் இருந்த வருண், காட்டுப்பகுதியில காணாமே

189

போயிட்டான். ஆராய்ச்சியின்போது யாருடைய உயிருக்கு எந்த ஆபத்து வந்தாலும் அதைப் பொருட்படுத்தாமல் மத்தவங்க ஆராய்ச்சிப் பணிகளை மேற்கொள்ள வேண்டும் என்கிற விதி இருந்ததால் நாங்க வருணைத் தேடற முயற்சியை கைவிட்டுட்டோம். நேத்து ராத்திரி பௌர்ணமி வெளிச்சத்தில காணாதது கண்டான் கோட்டையை ஆராய்ச்சி பண்ண வந்தோம். நல்ல நிலா வெளிச்சமா இருந்தப்ப, ராத்திரி பன்னிரண்டு மணிக்குமேல கோட்டைக்குள் நுழைஞ்சோம். திடீர்னு மழை பெய்ய ஆரம்பிச்சதால ஆராய்ச்சி பணிகளை நிறுத்திட்டு கோட்டைக்குள்ளேயே சாளரத்தில் தங்கிட்டோம். ஏற்கனவே வருண் காணாமே போனதால எங்களுக்குள்ள ஒரு பயம் இருந்தது. அதனால மத்தவங்க தூங்கிட்டிருக்கும்போது ஒருத்தர் கண் விழிச்சு பாதுகாப்பு பணியில் ஈடுபடணும்னு பேசி முடிவு பண்ணி அதன்படி செயல்பட்டோம். அப்படியிருந்தும்..."

"சொல்லுங்க..."

"எங்க வேன் டிரைவர் மாணிக்கத்தை யாரோ கொலை பண்ணிட்டாங்க..."

மறுமுனையில் இருந்த இன்ஸ்பெக்டர் பரபரப்புக் குரலில் கேட்டார். "எப்படி கொலை நடந்தது...?"

"தெரியலை... காட்டுவாசியான குருவன் ரெண்டு மணி வரைக்கும் கண்விழிச்சு பாதுகாப்பு பணியில் ஈடுபட்டார். அடுத்ததாய் கண்விழிக்க வேண்டிய மாணிக்கத்தை எழுப்பறப்பதான் அவன் கொலை செய்யப்பட்டது தெரிஞ்சது. எப்படி கொலை செய்யப்பட்டான்னு தெரியலை... உடம்புல எந்த ஒரு காயமும் இல்லை. கடைவாயில் வழிஞ்ச ரத்தம் மார்பு பூராவும் பரவியிருந்தது. மாணிக்கத்தோட உடம்பை பிரேத பரிசோதனை பண்ணினாதான் எப்படி கொலை செய்யப்பட்டான் என்கிற உண்மை தெரியவரும். நீங்க உடனே புறப்பட்டு வரமுடியுமா சார்...?"

"வந்துட்டே இருக்கேன்..."

**மா**டியிலிருந்து இருமல் சத்தம் கேட்டதும் நவநீதன், சிவசங்கர், பிரதிபா மூன்று பேரும் சரேலென்று தலைகளை உயர்த்திப் பார்க்க, சாகித்யா புன்னகைத்தாள்.

"அது என்னோட மாமா! வெளிநாட்டிலிருந்து நேத்து ராத்திரிதான் வந்தார். வந்த உடனே சென்னை சீதோஷ்ண நிலை ஒத்துக்கலை. இரும ஆரம்பிச்சுட்டார்..." சொன்ன சாகித்யா, நவநீதனை ஏறிட்டாள்.

"சொல்லுங்க! என்ன விஷயமாய் அப்பாவை பார்க்க வந்தீங்க...? அவர் எனக்கு போன் பண்ணும்போது சொல்லிடுறேன்..."

நவநீதன் சிலவினாடி தயங்கிவிட்டு சொன்னான். "உனக்கு 'நீல நிலா'வைப்பத்தி ஏதாவது தெரியுமாம்மா...?"

"தெரியுமே...! அது ஒரு படிகம்! போனவருஷம் காணாதது கண்டான் கோட்டைக்கு அப்பா ஆராய்ச்சிபண்ண போனப்ப அங்கிருந்து கொண்டு வந்தார். அதுக்கு என்ன...?"

"அந்த படிகம் இப்போ எங்கே...?"

"எனக்குத் தெரியாது. அப்பாவைக் கேட்டாத்தான் தெரியும்..." சாகித்யா சொல்லிக் கொண்டிருக்கும்போதே மாடிப்படிகளில் அந்தக் குரல் கேட்டது.

"அந்தப் படிகம் இப்போ யார்க்கிட்டே இருக்குன்னு எனக்குத் தெரியும்."

திரும்பிப் பார்த்தார்கள்.

அந்த நடுத்தர வயது நபர் மெல்ல இருமியபடி, மாடிப்படிகளில் இறங்கி வந்து கொண்டிருந்தார்.

சாகித்யா சொன்னாள்.

"இவர்தான் என்னோட மாமா! சிகாகோவில் ஒரு ஹோட்லும், பெரிய கடையும் நடத்திட்டு வர்றார். வருஷத்துக்கு ஒரு தடவை என்னைப் பார்க்கிறதுக்காக வந்துட்டுப் போவார். இவருக்கு அந்த 'நீல நிலா' படிகத்தைப் பற்றி தெரிஞ்சு இருக்கிறது எனக்கே ஆச்சரியமா இருக்கு...! வாங்க மாமா... இப்படி வந்து உட்காருங்க. உங்களுக்கு எப்படி மாமா அந்தப் படிகத்தை பத்தி தெரியும்...?"

அவர் சிரித்துக்கொண்டே வந்து சோபாவுக்கு சாய்ந்தார்.

"சாகித்யா! போன வருஷம் நான் இங்கே வந்தப்ப உங்க அப்பா பத்ரிநாராயணன்கிட்ட அந்த படிகம் இருந்ததைப் பார்த்தேன். அடுத்த ஒரு மணி நேரத்துக்குள்ளே அதை, தில்லைராஜன் என்கிற ஒரு நண்பருக்கு தன்னுடைய அன்பளிப்பாய் கொடுத்துட்டார். அந்த நேரத்துல நானும் பக்கத்துல இருந்தேன்."

நவநீதன், சிவசங்கர், பிரதிபா மூன்று பேரும் திகைத்த முகங்களோடு அவரை ஏறிட்டார்கள்.

"சார்... நீங்க சொல்ற தில்லைராஜன் எங்க அப்பாதான்! அவர் இப்போ உயிரோட இல்லை. அவருக்கு யாரோ விஷம் கொடுத்துட்டாங்க. உயிருக்கு போராடிட்டு இருக்கறப்ப, அவர் ஒரு காகிதத்தில் எழுதி காண்பிச்ச வார்த்தைதான் 'நீல நிலா'. அது ஒரு படிகம்னு கொஞ்ச நேரத்துக்குமுந்திதான் எங்களுக்கே தெரிஞ்சது."

சாகித்யாவின் மாமா முகத்தில் ஆச்சரியம் காட்டினார்.

"உங்க அப்பா தில்லைராஜன் விஷம் கொடுத்துக் கொல்லப்பட்டாரா... ஏன்?"

"தெரியலை... அது சம்பந்தமா போலீஸ் விசாரணை பண்ணிட்டிருக்காங்க. எங்கப்பாவுக்கு விஷம் கொடுத்து கொலை

பண்ணினமாதிரியே, எனக்கும் விஷம் கொடுத்து கொலை பண்ணப் பார்த்தாங்க. ஆனா, நான் முத்துக்கண்ணப்பர்ங்கிற சித்த வைத்தியர் கொடுத்த சிகிச்சை காரணமா உயிர் பிழைச்சுட்டேன்..."

"சரி... இவ்வளவு பிரச்னைகளுக்கும் காரணம் அந்த படிகம்தானா...? இல்லை வேறு ஏதாவது காரணமா...?"

"தெரியலை சார்! அதைப்பற்றி தெரிஞ்சுக்கத்தான் அப்பாவோட நண்பர் பத்ரிநாராயணனைப் பார்க்க வந்தோம். அவர் ஆராய்ச்சிக்காக காணாதது கண்டான் கோட்டைக்குப் போயிருக்கார்..."

நவநீதன் சொல்லிக் கொண்டிருக்கும்போதே அவனுடைய செல்போன் ஒலியை வெளியிட்டது. எடுத்து காதுக்குக் கொடுத்தான்.

"ஹலோ..."

"மிஸ்டர் நவநீதனா...?"

"ஆமா..."

"நான் போலீஸ் உதவி கமிஷனர் பரிமளநாதன் பேசுறேன்."

"சொல்லுங்க சார்."

"உங்க அப்பா விஷம் கொடுத்து கொலை செய்யப்பட்ட வழக்கில், சில முக்கியமான தடயவியல் ஆதாரங்களை சேகரித்த பிரேம்குமார் திடீரென்னு காணாமல் போயிருந்தார் இல்லையா...?"

"ஆமாம்..."

"அவர் கிடைச்சுட்டார்."

"எப்ப சார்...?"

"ஒரு பதினஞ்சு நிமிஷத்துக்கு முன்னாடி."

"அவர் கிட்டயிருந்து ஏதாவது விஷயம் கிடைச்சுதா சார்...?"

"அவரை யாரோ நடுவழியில் மறிச்சு கடத்திட்டு போயிருக்காங்க. இத்தனைநாளா ஒரு அறைக்குள்ளே போட்டு அடைச்சு வைச்சிருந்தாங்களாம். அவங்க ஏமாந்த நேரம் பார்த்து, அவர் தப்பிச்சு வந்துட்டார். அவருக்கு உடம்பெல்லாம் காயம். சரியா பேச முடியலை. கடத்தினவங்க யாருன்னும் அவருக்கு அடையாளம் தெரியலை. பிரேம்குமார் கடத்தப்பட்டப்ப கடைசியா 'முழுமதி' என்கிற ஒரு பொண்ணோடு செல்போனில் பேசியிருக்கார். அந்தப் பொண்ணோட முகவரியை கண்டுபிடிச்சு போய் பார்த்தப்ப அவர் ஒரு ஹோமியோபதி டாக்டர் என்கிற விஷயமும், விஷம் சம்பந்தப்பட்ட சந்தேகங்களுக்கு முழுமதிக்குத்தான் போன் செஞ்சு பிரேம்குமார் பேசுவார் என்கிற விஷயமும் தெரியவந்தது. பிரேம்குமாரை கடத்தினது யாராக இருக்கலாம்னு முழுமதிகிட்டே கேட்டோம்."

"என்ன சொன்னாங்க சார்...?"

"அது... வந்து..."

"சொல்லுங்க சார்"

"சொன்னா... நீங்க தப்பா நினைக்கக் கூடாது?"

"பரவாயில்லை... சொல்லுங்க சார்..."

"தில்லைராஜன் தன் வீட்டில்தான் சர்ப்பகந்தி விஷம் கொடுத்து கொலை செய்யப்பட்டிருக்கார். அதனால கொலையாளி அந்த வீட்டுக்குள்ள இருக்கிற ஒரு நபராத்தான் இருக்கணும். நவநீதன், சிவசங்கர், பிரதிபா இந்த மூணு பேரில் யாராவது ஒருத்தர் இதை செய்திருக்க வாய்ப்பு அதிகம்னு..."

"நீங்க அதை நம்புறீங்களா சார்...?"

"நான் உடனடியாய் எந்த முடிவுக்கும் வரலை மிஸ்டர் நவநீதன். இருந்தாலும் உங்க மூணு பேர் மேலேயும்

சந்தேகப்படக்கூடிய அளவுக்கு வலுவான இரண்டு ஆதாரம் இருக்கு..."

"ஆதாரமா...?"

"ம்... முதல் ஆதாரம் நீங்க மூணு பேரும் தில்லைராஜனுக்குப் பிறக்கலை... அனாதை விடுதிகளிலிருந்து எடுத்து வளர்க்கப்பட்டவங்க... இந்த உண்மை தில்லைராஜனுக்கு மட்டுமே தெரியும். உண்மையை வெளிஉலகத்துக்கு தில்லைராஜன் சொல்லிடுவாரோ என்கிற பயத்தில் உங்க மூணு பேர்ல யாராவது ஒருத்தர் அவரைத் தீர்த்துக்கட்டி இருக்கலாமே...?"

"என்ன சார் இது... அவர் எங்க அப்பா இல்லைங்கற உண்மை இப்பத்தானே எங்களுக்குத் தெரியும்...?"

"உங்க மூணுபேரில் ஒருத்தருக்கு ஏன் முன்னமே தெரிஞ் சிருக்கக் கூடாது...?"

"சார்... உங்க இஷ்டத்துக்கு நீங்க யூகம் பண்ணிட்டிருக்கீங்க... என்னையும்கூட 'சர்ப்பகந்தி' விஷம் மூலமா கொலை பண்ணப் பார்த்தாங்க...!"

"அது போலீஸை நம்ப வைக்கிறதுக்காக நீங்க பண்ணின நாடகமா ஏன் இருக்கக் கூடாது...?"

"சார்... நீங்க பேசிட்டிருக்கிறது கொஞ்சம்கூட சரியில்லை. 'நீலநிலா' பத்தின உண்மைகளை கண்டுபிடிக்கிறதுக்காக நாங்க இப்போ புதைபொருள் ஆராய்ச்சிகழகத்தலைவர் பத்ரிநாராயணன் வீட்டுல இருக்கோம். பத்ரிநாராயணன் ஆராய்ச்சி விஷயமாய் காணாதது கண்டான் கோட்டைக்கு ஒரு குழுவோடு போயிருக்கார். அவரோட பொண்ணு சாகித்யாகிட்டயும் மாமாகிட்டயும் பேசிப் பார்த்ததில் ஒரு உண்மை வெளியே வந்திருக்கு..."

"என்ன உண்மை...?"

"'நீலநிலா' என்கிற அந்த படிகத்தை பத்ரிநாராயணன்தான்

எங்க அப்பா தில்லைராஜனுக்கு அன்பளிப்பா கொடுத்திருக்கார். பலவித நோய்களை குணப்படுத்தக்கூடிய அபூர்வ மருத்துவ குணம்கொண்ட அந்த மூலிகை படிகத்தின் விலை ஒரு கோடி ரூபாய். நிலா வெளிச்சத்தில் அதை வைச்சா அந்த இடமே நீலநிறமாய் மாறும். அப்படிப்பட்ட அரிதான படிகம் எங்க அப்பாகிட்டே இருக்கிறதை தெரிஞ்சுகிட்ட யாரோ, அதை அபகரிக்கிறதுக்காக அவரை கொலை பண்ணியிருக்காங்க. நீங்க இந்தக் கோணத்தில் வழக்கை நடத்தினாதான் உண்மையான கொலையாளி யாருங்கிறதை கண்டுபிடிக்க முடியும். அதை விட்டுட்டு நீங்க எங்க மூணு பேரையே சுத்திசுத்தி வந்துட்டிருந்தா, கொலையாளி உங்க பார்வையிலிருந்து காணாமலே போய்விடக் கூடிய ஆபத்து இருக்கு...!"

"சரி... நீங்க இப்போ எங்கே இருக்கிறதா சொன்னீங்க...?"

"பத்ரிநாராயணன் வீட்ல."

"நான் இப்போ அங்கே வர்றேன். முகவரியைச் சொல்லுங்க..."

நவநீதன் முகவரியைச் சொல்லிவிட்டு, செல்போனை அணைத்து பாக்கெட்டுக்குள் போட்டுக்கொண்டான்.

சாகித்யாவின் மாமா கேட்டார். "என்ன போலீஸ் உங்களையே சந்தேகப்படுறாங்களா?"

"ஆமா சார்..."

அவர் சிரித்தார். "போலீஸ் எப்பவுமே அப்படித்தான். சுத்திமுத்தி பார்ப்பாங்க... யாரும் கிடைக்கலைன்னா புகார் கொடுத்தவங்களையே கைது பண்ணி உள்ளே போட்டுடுவாங்க! சாகித்யா இவங்களுக்கு குடிக்க ஏதாவது கொண்டு வாம்மா."

"அதெல்லாம் ஒண்ணும் வேண்டாம் சார்... இந்தப் பிரச்னையிலிருந்து எங்களுக்கு விடுதலை கிடைச்சா போதும்னு இருக்கு."

"இதோ பாருங்க நவநீதன்! வாழ்க்கையில் நாம சந்திக்கக்கூடிய எல்லா நாட்களும் சந்தோசமாய் இருக்கணும்னு நினைக்கிறது தப்பு. காலத்தின் கட்டாயத்தின் பேரில் சில கசப்புகளையும் நாம சுவை பார்க்க வேண்டியிருக்கு. தைரியமா இருங்க... எல்லாம் நல்லபடியா முடியும்."

சாகித்யாவின் மாமா சொல்லிக் கொண்டிருக்கும்போதே போர்டிகோவில் இரைச்சலாய் அந்த வேன் வந்து நின்றது.

எல்லோரும் திரும்பிப் பார்த்தார்கள்.

புழுதிபடிந்த அந்த அழுக்கான வேனிலிருந்து பத்ரிநாராயணன் இறங்கிக் கொண்டிருந்தார்.

அவரைத் தொடர்ந்து

சுந்தர், சபா, மேகலா, பொன்மணி, ரமா மிரண்டுபோன முகங்களோடு பார்வைக்கு கிடைத்தார்கள்.

# 23

"அதோ... அப்பாவே வந்துட்டார்...!"

வேனிலிருந்து இறங்கிக் கொண்டிருந்த பத்ரிநராயணனைப் பார்த்ததும், சாகித்யா குரல் கொடுத்துக் கொண்டே போர்டிகோவுக்கு போனாள்.

"என்னப்பா இது? காணாதது கண்டான் கோட்டைக்குப்போனா ஆராய்ச்சி முடிஞ்சு ஊர் திரும்ப பத்து நாளாயிடும்னு சொன்னீங்க... முன்னாடியே திரும்பி வந்துட்டீங்க...?"

"அங்கே நிலைமை சரியில்லைமா... அந்தக் கோட்டைக்குள்ளே எந்தவித ஆராய்ச்சியும் நடக்கக்கூடாதுன்னு யாரோ நினைக்கிறாங்க... அதையும் மீறி பிடிவாதமா அங்கே இருந்ததாலே ரெண்டு உயிர்களை பலி கொடுக்க வேண்டியதாயிடுச்சு..."

"என்னப்பா சொல்றீங்க...!"

"ஆமாம்மா... ஆராய்ச்சி குழுவில் இருந்த வருணும், வேன் டிரைவர் மாணிக்கமும் இப்போ உயிரோட இல்லை... போலீஸ் வந்து விசாரணை பண்ணிப்பார்த்துட்டு போதிய போலீஸார் இல்லாததால காட்டுப்பகுதிக்குள்ள நாங்க பாதுகாப்பு தரமுடியாதுன்னு சொல்லிட்டாங்க. அதுவுமில்லாம காணாதது கண்டான் காட்டுப்பகுதியில இப்போ தீவிரவாதிகள் நடமாட்டமும்

இருக்கிறதால அங்கே இருக்கிறது சரியில்லைனு போலீஸ் சொன்னதால திரும்பி வந்துட்டோம். வண்டியை நானே ஓட்டிட்டு வந்தேன்..." பேசிக்கொண்டே உள்ளே வந்த பத்ரிநாராயணன், சோஃபாவில் உட்கார்ந்திருந்த நவநீதன், சிவசங்கர், பிரதிபாவைப் பார்த்ததும் குழப்ப முகத்தோடு மகளை ஏறிட்டார்.

"யாரம்மா இவங்க...?"

நவநீதன் எழுந்து அவர் முன்பாய் வந்து நின்றான்.

"அங்கிள்...! என்னை உங்களுக்குத் தெரியலையா...?"

பத்ரிநாராயணன் நெற்றியைச் சுருக்கினார்.

"தெரியலையே...?"

"அங்கிள்! என் பேர் நவநீதன். உங்க நண்பர் தில்லைராஜனின் மூத்த மகன். இவன் என் தம்பி சிவசங்கர். இது தங்கை பிரதிபா..."

"ஓ! நீங்க தில்லைராஜனோட பசங்களா...? சின்ன வயசுல எப்பவோ பார்த்தது... அப்பா எப்படி இருக்கார் தம்பி...?"

நவநீதன் சிலவினாடிகள் மவுனமாய் இருந்துவிட்டு, பிறகு தொண்டை அடைத்துக் கொண்ட குரலில் "இப்போ அப்பா உயிரோட இல்லை அங்கிள்..." என்று தொடங்கி எல்லா விஷயங்களையும் சொல்லி முடிக்க, பத்ரிநாராயணன் வியப்பில் விழிகளை விரித்தார்.

"என்னது... அப்பா விஷம் கொடுத்து கொலை செய்யப்பட்டாரா...?"

"ஆமா அங்கிள்...! அதுக்காக சர்ப்பகந்திவிஷ வேரை பயன்படுத்தி இருக்காங்க... அது யாருன்னு கண்டுபடிக்கிறதுக்காக போலீஸ் விசாரணை பண்ணிட்டிருக்காங்க..."

"அங்கிள்...! 'நீலநிலா' பஜிகத்தை எங்க அப்பாவுக்கு

நீங்க கொடுத்ததா சாகித்யாவோட மாமா சொல்றார். அது உண்மையா...?"

"உண்மைதான்! உங்க அப்பா என்னைப் பார்க்கிறதுக்காக ஒருமுறை வீட்டுக்கு வந்தப்ப 'நீல நிலா' படிகத்தைக் காட்டினேன். பௌர்ணமி நிலா வெளிச்சத்தில் அந்த படிகத்தை ஒரு அறைக்குள் வைச்சா, அந்த அறை முழுதும் நீலநிற வெளிச்சமாய் இருக்கும்னு சொன்னேன். அவருக்கு அதுல ஆர்வம் ஏற்பட்டு 'படிகத்தை எனக்கு விலைக்கு கொடுக்க முடியுமா?'ன்னு கேட்டார். நான் அதுக்கு 'விலையெல்லாம் வேண்டாம். இந்த படிகத்தை உங்களுக்கு அன்பளிப்பாவே தர்றேன்'னு சொன்னேன். அதை அவருக்கு என் அன்பளிப்பா கொடுத்தேன். அதுதவிர புதைபொருள் ஆராய்ச்சி சம்பந்தப்பட்ட சில புத்தகங்களையும் படிக்கிறதுக்காக என்கிட்டேயிருந்து வாங்கிட்டுப் போனார். அதுக்கப்புறமா அவரை நான் அதிகம் சந்திக்கலை... போனில் மட்டும் மாசத்துக்கு ஒரு தடவையோ இரண்டு தடவையோ பேசிக்குவோம்..."

"அங்கிள்...! எங்க அப்பாவுக்கு நீங்க கொடுத்த 'நீல நிலா' படிகம் அபூர்வமான மருத்துவகுணம் கொண்டதுன்னும், அதோட மதிப்பு ஒரு கோடி ரூபாய்னும் சொல்லப்படுகிறது. அது உண்மையா...?"

"அப்படீன்னு உங்களுக்கு யார் சொன்னது?"

"அது... வந்து..." நவநீதன் தயங்கினான்.

"சொல்லு தம்பி... யாரு?"

"சித்த வைத்தியர் முத்துக்கண்ணப்பர்..."

"அது ஒரு கட்டுக்கதை. அந்த 'நீல நிலா' படிகத்துக்கு எந்த மருத்துவகுணமும் கிடையாது. அது ஒரு சாதாரண படிகம். இன்னும் சொல்லப்போனா அது ஒருவகை கூழாங்கல். காணாதது கண்டான்கோட்டையில் அதுமாதிரியான கூழாங்கற்கள் நிறைய

புதையுண்டு கிடக்கிறதால் பௌர்ணமி நிலா வெளிச்சத்தில் அந்தக் கோட்டை வெளிச்சமாய் தெரியுது. மேற்கொண்டு அதை ஆராய்ச்சி பண்ணத்தான் என் தலைமையில் ஆறு பேரைக் கூட்டிக்கிட்டு போனேன். ஆராய்ச்சியை தொடங்கின நாள்லிருந்தே எனக்கு ஏகப்பட்ட மிரட்டல்கள். காட்டுப்பகுதிக்குள் நுழையும்போதே சங்குண்ணி என்னு வன ஊழியர் 'பிரசன்னம் போட்டுப் பார்த்தேன்... காட்டுக்குள் போகாதீங்க... போனா உங்க உயிருக்கு ஆபத்து ஏற்படும். காட்டுக்குள்ளே எட்டு பேராகப் போறீங்க. வரும்போது நாலு பேர்தான் திரும்பி வருவீங்க'ன்னு சொன்னார். நாங்க எட்டு பேரும் யாருடைய மிரட்டலுக்கும் பயப்படாமே, காட்டுக்குள்ளே போனோம்... எவ்வளவோ பாதுகாப்போட இருந்தும் வருண் காட்டுக்குள்ளே காணாமே போயிட்டான். டிரைவர் மாணிக்கம் காணாதது கண்டான் கோட்டைக்குள் என் கண் முன்னாலேயே இறந்து போயிட்டான்... யார் எதுக்காக இப்படி பண்ணுறாங்கன்னு தெரியலை...!"

பத்ரிநாராயணன் சொல்லிக் கொண்டிருக்கும்போதே, அவரது பாக்கெட்டில் இருந்த செல்போன் குரல் கொடுத்தது.

எடுத்து யார் அழைப்பது என்று பார்த்தார்.

புதைபொருள் ஆராய்ச்சிக்கழகத்தின் உயர் அதிகாரி ஒருவர் பேசினார். "பத்ரிநாராயணன்! காட்டிலிருந்து திரும்பிட்டீங்களா...?"

"திரும்பிட்டோம் சார்..."

"கொஞ்ச நேரத்துக்குமுந்தி மத்திய அரசிலிருந்து ஒரு உத்தரவு வந்திருக்கு..."

"என்ன உத்தரவு சார்...?"

"இனிமேல் காணாதது கண்டான் கோட்டைக்குபோய் ஆராய்ச்சிகள் பண்ணுவதை ஒரு வருஷகாலத்துக்கு நிறுத்தி வைக்கணுமாம்."

"இது ஒரு கோழைத்தனமான முடிவு சார்..."

"அதைப்பத்தி நாம விமர்ச்சனம் பண்ணக்கூடாது.

ஆராய்ச்சிக்காக வந்த மாணவ மாணவிகளை அவங்கவங்க வீட்டுக்கு அனுப்பி வைச்சிடுங்க..."

"சரி சார்..." என்ற பத்ரிநாராயணன் செல்போனை அணைத்துவிட்டு, அறை ஓரத்தில் கவலை முகங்களோடு நின்றிருந்த சுந்தர், சபா, பொன்மணி, ரமா, மேகலாவை ஏறிட்டார்.

"இனி மறுஉத்தரவு வர்ற வரைக்கும் நாம ஆராய்ச்சியை தொடர முடியாது. நீங்க உங்க வீட்டுக்கு புறப்பட்டு போகலாம்..."

அவர்கள் ஐந்து பேரும் சூட்கேஸ்களை எடுத்துக்கொண்டு கிளம்பிப் போவதை சிலவினாடிவரை பார்த்துக் கொண்டிருந்துவிட்டு, நவநீதனிடம் திரும்பினார் பத்ரிநாராயணன்.

"காட்டில் உள்ள சில தீவிரவாதிகளுக்கு பயந்துபோய் மத்திய அரசே ஒரு ஆராய்ச்சியை நிறுத்துது... இந்த அநியாயத்தை எங்கே போய் சொல்றது...?"

சிவசங்கர் குறுக்கிட்டான்.

"அங்கிள்! அப்பாவுக்கு நீங்க கொடுத்த 'நீல நிலா' படிகம் வெறும் கூழாங்கல்லு சொன்னீங்க. ஆனா சித்த வைத்தியர் முத்துக்கண்ணப்பர் அது ஒரு அபூர்வ படிகம். ஒரு கோடி ரூபாய் மதிப்புள்ளதுன்னு சொல்றார். அவர் சொன்னதை நம்பி யாரோ ஒருத்தர் அப்பாகிட்டே இருந்த அந்த 'நீல நிலா' படிகத்தை பறிக்கிறதுக்காக அவருக்கு சர்ப்பகந்தி விஷம் கொடுத்து கொலை பண்ணியிருக்கலாம் இல்லையா...?"

"கண்டிப்பா அப்படித்தான் நடந்து இருக்கணும். காட்டுக்கு வந்து மூலிகைச் செடிகளை தேடுற சில சித்த வைத்தியர்கள் 'நீல நிலா' படிகத்தைப் பத்தி உயர்வாக சொல்லப்போக, அதை அபகரிப்பதற்காக உங்கப்பாவுக்கு யாரோ சர்ப்பகந்தி விஷம் கொடுத்து கொலை பண்ணியிருக்கலாம்...!"

"அங்கிள்! நீங்க 'நீல நிலா' படிகத்தை அப்பாவுக்கு

அன்பளிப்பா கொடுத்தது யார்யாருக்கெல்லாம் தெரியும்? நீங்க வேறு யார்கிட்டேயாவது சொன்னீங்களா...?"

"நான் யார்கிட்டேயும் சொல்லலை... உங்கப்பா அதை யார்கிட்டேயாவது காட்டி பெருமையா சொல்லியிருக்கலாம்..."

"............."

"ஆமா, போலீஸ் என்ன சொல்றாங்க...?"

"எல்லா கோணத்திலும் விசாரணை பண்ணிட்டு இருக்காங்க..."

"தம்பி! நீங்க கவலைப்படாம வீட்டுக்கு போங்க! நானும் இந்த 'நீல நிலா' விஷயம் யாருக்கெல்லாம் தெரியும்னு யோசனை பண்றேன். அப்படி ஏதாவது ஞாபகத்துக்கு வந்தா உடனடியா உங்களுக்கு போன் பண்றேன். அந்த ஆளை போலீஸைவிட்டு ரகசியமா கண்காணிக்கச் சொல்லுங்க."

"ரொம்ப நன்றி அங்கிள்...!"

நவநீதன், சிவசங்கர், பிரதிபா மூன்று பேரும் புறப்பட எழுந்தார்கள்.


மறுநாள் மாலை ஏழு மணி.

பத்ரிநாராயணன் கன்னிமாரா நூலகத்திலிருந்து புதைபொருள் ஆராய்ச்சி சம்பந்தப்பட்ட சில புத்தகங்களை எடுத்துக்கொண்டு புறப்பட்டார்.

மரத்தடியில் நின்றிருந்த தன் காருக்கு திரும்பியபோது பின்பக்கம் "சார்..." என்று யாரோ அழைக்கும் குரல்கேட்டு திரும்பிப் பார்த்தார்.

சாயந்தர இருட்டில் தாடி மீசையோடு ஒரு நபர் நின்றிருந்தார். பத்ரிநாராயணன் உற்றுப் பார்த்தார்.

"யாரு...?"

அந்த உருவம் இரண்டடி முன்னால் வந்தது.

"என்னைத் தெரியலையா சார்...? நான்தான் சங்குண்ணி. காணாதது கண்டான் காட்டுப்பகுதியிலப் பார்த்தீங்கல்ல...?"

பத்ரிநாராயணன் முகம் மாறியது.

"ஓ! பிரசன்னம் பார்த்த ஆளா...? காட்டுக்குள்ள நாங்க எட்டு பேர் போனா நாலு பேர் செத்துடுவோம்... நாலு பேர்தான் உயிரோடு வருவோம்ணு சொன்னே... நீ சொன்னபடி நடக்கலைன்னாலும் ரெண்டு பேர் செத்துட்டாங்க..."

"சார்... நான் அன்னைக்கு பிரசன்னம் பார்த்ததா சொன்னது பொய்... அப்படியொரு பொய்யை சொல்லலைன்னா என்னைக் கொன்னுடப்போறதா போனில் யாரோ ஒருத்தன் மிரட்டினான். நான் அந்த மிரட்டலுக்கு பயந்துதான் பொய் சொன்னேன்."

"அப்படியா? உன்னை மிரட்டினது யாரு...?"

"தெரியலை சார்..."

"சரி... போலீஸ்ல இதைப்பத்தி சொன்னியா...?

"உங்க குழுல இருந்த ரெண்டு பேர் செத்ததும் போலீஸில் போய் சொல்லலாம்னு முடிவு பண்ணியிருந்தேன் சார். அதுக்குள்ளே..."

"அதுக்குள்ளே...?"

"போலீஸே என்மேல் சந்தேகப்பட்டு கைது பண்ண வந்துட்டாங்க. போலீஸ் கையில கிடைச்சா என்னை ஒருவழி பண்ணிடுவாங்க. அதான் அங்கிருந்து தப்பி சென்னைக்கு வந்துட்டேன். நீங்கதான் போலீஸ்ல உண்மையைச் சொல்லி என்னைக் காப்பாத்தணும்."

"எனக்கே உன்மேல சந்தேகம் வந்தது. அப்புறம் போலீஸுக்கு வராமே இருக்குமா?"

"சார்... நான் பிள்ளைக்குட்டிக்காரன். என் உயிருக்கு

ஆபத்துன்னு ஒருத்தன் மிரட்டினதாலதான் பிரசன்னம் அது இதுன்னு பொய் சென்னேன்! சார்... உங்களைத் தவிர எனக்கு பெரிய மனுஷங்க யாரையும் தெரியாது. என்மேல் எந்தத் தப்பும் இல்லைன்னு நீங்கதான் போலீஸ்ல சொல்லணும்..."

"நீ மொதல்ல போலீஸுக்கு பயந்து ஓடிவந்ததே தப்பு... சரி அசிஸ்டண்ட் கமிஷனர்கிட்டே நான் பேசுறேன்." சொன்ன பத்ரிநாராயணன் கையில் இருந்த செல்போனில் எண்களைத் தட்டிவிட்டு பேசினார்.

"அசிஸ்டண்ட் கமிஷனர் ஸார்... நான் பத்ரிநாராயணன் பேசுறேன். என் ஆராய்ச்சிக்குழுவில் இருந்த ரெண்டு பேர் காட்டுக்குள்ள இறந்து போனது சம்பந்தமாய் சங்குண்ணிங்கற வன இலாகா ஊழியரை நீங்க சந்தேகப்படுறதா கேள்விப்பட்டேன். உண்மையா...?"

"உண்மைதான்..."

"சாரி சார்... அது உண்மை கிடையாது. யாரோ ஒருத்தன் போன்ல மிரட்டினதுக்கு பயந்துபோய் அப்படியொரு பொய்யை சங்குண்ணி சொல்லி இருக்கான்... உண்மையாவே அவனுக்கு பிரசன்னம் தெரியாதாம்."

"அது உங்களுக்கு எப்படி தெரியும்...?"

"அந்த சங்குண்ணி இப்போ எங்கிட்டான் பேசிட்டிருக்கான் சார்..."

"அந்த ஆளை உடனே போலீஸ் ஸ்டேஷனுக்கு கூட்டிட்டு வாங்க..."

"சார்... ஒரு ரெக்வெஸ்ட்..."

"என்ன...?"

"போலீஸ் எப்பவுமே உண்மையான குற்றவாளிகளை விட்டுட்டு, அப்பாவிகளைத்தான் கைது பண்ண தீவிரம் காட்டும்.

அந்த தப்பு இங்கேயும் நடந்துடக்கூடாது."

"நீங்க மொதல்ல அந்த ஆளை ஸ்டேஷனுக்கு கூட்டிட்டு வாங்க. மத்ததை அப்புறமா பேசிக்கலாம்."

"இப்பவே கூட்டிட்டு வரட்டுமா சார்...?"

"வாங்க"

பத்ரிநாராயணன் செல்போனை அணைத்துப் பாக்கெட்டுக்குள் போட்டுக்கொண்டு, சங்குண்ணியை ஏறிட்டார்.

"வா...கார்ல ஏறு..."

"சார்... போலீஸ் என்னை..."

"ஒண்ணும் பண்ணிட மாட்டாங்க. நான் இருக்கேன். தைரியமா வா."

சங்குண்ணி தயக்கத்தோடு காரில் ஏறி உட்கார, பத்ரிநாராயணன் காரைக் கிளப்பினார்.

கார் கிளம்பி சாலைப் போக்குவரத்துக்குப் போனது.

கன்னிமாரா நூலக வளாகத்தில் உள்ள ஒரு பெரிய மரத்துக்குப் பின்னாலிருந்து பெண் உருவம் ஒன்று வெளிப்பட்டு விரைந்து செல்கிற காரையே பார்த்தது.

# 24

பத்ரிநாராயணன் மிதமான வேகத்தில் காரை செலுத்திக்கொண்டிருக்க, அவருக்குப் பக்கத்தில் உட்கார்ந்திருந்த சங்குண்ணி, கலக்கமான குரலில் கேட்டான்.

"சார்...! போலீசில் என்னை அடிக்க மாட்டாங்களே...?"

"பயப்படாதே சங்குண்ணி! போலீஸ் உதவி கமிஷனர் எனக்கு ரொம்பவும் வேண்டியவர். அவர்கிட்ட நான் எல்லாத்தையும் விளக்கமா எடுத்துச் சொல்வேன்... யாரோ பண்ணின கொலைக்குற்றங்களுக்கு நீ எப்படி பொறுப்பாக முடியும்...?"

"சார்...! எவனோ ஒருத்தன் போன்பண்ணி மிரட்டினான்ங்கிற ஒரே காரணத்துக்காகத்தான் பிரசன்னம் போட்டமாதிரி நடிச்சு உங்களையெல்லாம் பயமுறுத்தினேன்... அது ஒண்ணுதான் நான் பண்ணின தப்பு. அந்தத் தப்பைக்கூட நான் என் உயிருக்கு பயந்துதான் பண்ணினேன்."

"காட்டுக்குள்ள எங்க ஆராய்ச்சிக் குழு வர்றதை ஏதோ ஒரு தீவிரவாதக் கும்பல் விரும்பலைன்னு நினைக்கிறேன். அதான் உன் மூலமா எங்களை மிரட்டியிருக்காங்க..."

"இதை போலீஸ்ல சொன்னா நம்ப மாட்டேங்குறாங்க சார்... அவங்களுக்கு பயந்து ரெண்டு நாளா ஓடிட்டிருக்கேன் சார்... வேளாவேளைக்கு சாப்பாடுகூட கிடையாது..."

"காலையில சாப்பிட்டியா?"

"இல்லை சார்..."

"சரி! போற வழியில்தான் என்னோட கெஸ்ட் ஹவுஸ் இருக்கு... போய் ஏதாவது சாப்பிட்டுட்டு போகலாம்..."

"அதெல்லாம் வேண்டாம் சார்... போலீஸ் பயத்துல என் வயித்துப்பசியே மரத்துப் போச்சு சார்..."

"இதோ பாரு சங்குண்ணி... போலீஸ் பத்தின பயம் இனிமே உனக்கு வேண்டாம்... அவங்க உன்மேல கையை வைக்காதபடி நான் பார்த்துக்கிறேன்..."

"நீங்க பண்ற இந்த உதவியை நான் என்னிக்குமே மறக்க மாட்டேன் சார்..."

அடுத்த சில நிமிடங்களில் கார் வேகம் பிடித்து சென்னையின் சில தெருக்களைத் தேய்த்துவிட்டு, மரங்கள் சூழ்ந்து ஒதுக்குப்புறமாய் இருந்த அந்த பங்களாவுக்குள் நுழைந்தது.

கார் போய் போர்டிகோவில் நின்றதும், பத்ரிநாராயணன் இறங்கி உள்ளே போக, சங்குண்ணி பின்தொடர்ந்தான்.

காலிங்பெல்லுக்கு வேலை கொடுக்க அடுத்த சில வினாடிகளில் கதவு திறந்தது.

ஒரு வேலையாள், பத்ரிநாராயணனைப் பார்த்ததும் 'வணக்கம்' சொல்லிவிட்டு, பய்யமாய் ஒதுங்கி நின்றான்.

"பரமசிவம்..."

"அய்யா..."

"இவருக்கு நல்ல பசி... சாப்பிட ஏதாவது கொண்டு வா! எனக்கு எலுமிச்சை ஜூஸ் கொடு..."

"சரிங்கய்யா..."

வேலையாள் நகர்ந்து போக, பத்ரிநாராயணன் சோஃபாவில் சாய்ந்து உட்கார்ந்தார்.

டீப்பாயின்மேல் இடம்பிடித்திருந்த ஒரு பத்திரிகையை எடுத்துப் படிக்கத் தொடங்கினார்.

சங்குண்ணி சுற்றும்முற்றும் பார்த்தபடி உட்கார்ந்திருந்தான்.

ஐந்து நிமிடம் கழித்து வேலையாள், எலுமிச்சை ஜூஸ் நிரம்பிய தம்ளரை பத்ரிநாராயணனுக்கு முன்பாய் வைத்துவிட்டு உள்ளே போனான்.

"பத்திரிகையில் தினமும் கொலை, கொள்ளை, கற்பழிப்பு, லஞ்சம், ஊழல், சாமியார்களோட பித்தலாட்டம்... பண மோசடி...! உலகம் இப்படிப் போனால் பூகம்பமும், சுனாமியும் ஏன் வராது...?"

பத்ரிநாராயணன் புலம்பிக்கொண்டே பழரசத்தைக் குடித்து முடித்தார்.

மறுபடியும் பத்திரிகையை பிரித்து வைத்துக் கொண்டார்.

சங்குண்ணி காத்திருந்தான்.

ஐந்து நிமிடம்....

பத்து நிமிடம்...

பதினைந்து...

உள்ளேபோன வேலையாள் வெளியே வரவில்லை.

பத்திரிகையை முழுவதுமாய் படித்துவிட்டு நிமிர்ந்த பத்ரிநாராயணன், சங்குண்ணியை பார்த்துவிட்டுக் கேட்டார்.

"என்ன சங்குண்ணி...! உனக்கு இன்னும் சாப்பாடு வரலையா...?"

"பரவாயில்லை சார்... அதனால் என்ன...!"

பத்ரிநாராயணன் சிரித்தார்.

"இன்னும் கொஞ்ச நேரத்துல சாகப்போகிற உனக்குச் சாப்பாடு எதுக்குன்னு வேலைக்காரன் நினைச்சுட்டான் போலிருக்கு...!"

சங்குண்ணி திடுக்கிட்டான்.

"ச... சார்... நீங்க என்ன... சொ... சொன்னீங்க...?"

"சொன்னது புரியலையா சங்குண்ணி...? காட்டுல நடந்த ரெண்டு கொலைகளுக்கும் நீதான் காரணம்னு போலீஸ் நினைச்சு, உன்னை தேடிட்டிருக்கும்போதே நீ செத்துப்போயிடறது எனக்கு எவ்வளவு உதவியா இருக்கும் தெரியுமா...?"

"ச... சார்"

"என்ன அப்படி பார்க்கறே...? உனக்குப் போனில் மிரட்டல் விட்டதும், காட்டுக்குள் வருணையும், டிரைவர் மாணிக்கத்தையும் தீர்த்துக் கட்டினதும் நான்தான்...!" சொன்ன பத்ரிநாராயணன், பங்களாவின் உட்புறம் பார்த்துக் குரல் கொடுத்தார்.

"சுந்தர்..."

சுந்தர் ஒரு அறையிலிருந்து வெளிப்பட்டான். கையில் பாதிகுடித்த பீர் பாட்டில்.

"சுந்தர் யாருன்னு தெரியுதா சங்குண்ணி...? ஆராய்ச்சிக்குழுவில ஒருத்தனாய் வந்தவன். என் வலது கை. அதேமாதிரி டிரைவர் மாணிக்கம் என் இடது கை... டிரைவர் மாணிக்கம் கடைசிவரைக்கும் விசுவாசமாய் இருப்பான்னு நினைச்சேன்... காணாதது கண்டான் கோட்டைக்குள் இருக்கும்போதே அவன்கிட்டே சில மாற்றம் தெரிஞ்சது. இருட்டை பயன்படுத்தி சுந்தர் மூலமா அவனைச் சத்தம் இல்லாமே தீர்த்துட்டேன்..."

சங்குண்ணி நடுக்கமாய் எழுந்தான். கண்களில் மரண பயம்... பொறிக்குள் மாட்டிக் கொண்ட எலியின் மிரட்சி...

"சா... சார்..."

"கன்னிமாரா நூலக வளாகத்திலிருந்து, நான் போன் பண்ணினது போலீஸ் அசிஸ்டண்ட் கமிஷனருக்கு இல்லை... அவனுக்கு கற்பூர புத்தி... நான் ஃபோன் பண்ணி உன்னைப் பத்தி பேச ஆரம்பிச்சதும் அவன் உஷாராகி அதுக்கு தகுந்த மாதிரி பேசுனான். நீயும் நம்பிட்டே.. இப்ப அவன்கிட்ட இருக்கிற கத்தியால உன் உடம்புல எந்த இடத்துல கீறல் போட்டாலும் சரி... போட்ட ரெண்டாவது நிமிடம் நீ சுகமா செத்துடலாம். விருந்தினர் விடுதிக்குப் பின்னாடி ஒரு தூர்ந்துபோன கிணறு இருக்கு. அதுல உன் பிணத்தைப் போட்டு ரெண்டு லாரி மண்ணைக் கொட்டிட்டா போலீஸ் இந்த உலகம் பூராவும் உன்னை தேடிட்டிருப்பாங்க. நானும், சுந்தரும் அதை வேடிக்கை பார்த்துக்கிட்டே..."

பத்ரிநாராயணன் பேசிக் கொண்டிருக்கும்போதே அவருக்கு லேசாய் தலை சுற்றியது.

சமாளித்துக்கொண்டு நிற்பதற்குள், கண்களுக்குள் ஒரு கொத்து இருட்டு வந்து பாய்ந்தது.

சிரமப்பட்டு கண்களைப் பிரித்து, சுந்தர் நின்றிருந்த இடத்தைப் பார்த்தார்.

கையில் பீர் பாட்டிலோடு சுந்தர் மல்லாந்து கிடக்க கொஞ்சம் தள்ளி சுவரோரமாய் வேலைக்காரன் சுருண்டு விழுந்திருந்தான்.

'என்னாயிற்று?' பத்ரிநாராயணன் அரை மயக்கத்தில் யோசித்துக் கொண்டிருக்கும்போதே

சங்குண்ணி உதட்டில் புன்னகையோடு பக்கத்தில் வந்தான்... கையில் தீப்பெட்டி அளவில் ஒரு கருவி.

"என்ன சார் அப்படிப் பார்க்கிறீங்க...? இது கதிர்களை உள்ளடக்கிய ஒரு நவீன விஞ்ஞானக் கருவி. ஆப்ரேஷன் செய்ய வேண்டிய நோயாளிகளை நோக்கி இந்தக் கதிர்களை

ஒரு நிமிஷ நேரம் பாய்ச்சினா போதும் நோயாளி ஆழ்ந்த மயக்கத்துக்கு போயிடுவார். இந்தக் கருவியை எனக்கு கொடுத்து அனுப்பினது யார் தெரியுமா? குருவன்! அந்தக் குருவன் யார்னு கேட்கறீங்களா? நீங்க நினைக்கிறமாதிரி அவர் காட்டுவாசி கிடையாது. சூரியமூர்த்தினு அன்டர்கவர் போலீஸ் ஆபிசர். வருண், டிரைவர் மாணிக்கத்தோட கொலைக்கு நீங்க காரணமாய் இருக்கலாமோன்னு அவருக்கு லேசாய் ஒரு சந்தேகம் வந்தது. அந்த சந்தேகத்தை உறுதிபடுத்திக்கிறதுக்காக என்னை போலீஸ் தேடுறதாச் சொல்லி உங்ககிட்டே போகச் சொன்னார். நீங்க உண்மையிலேயே எந்தக் குற்றமும் பண்ணாதவராய் இருந்திருந்தா என்னைப் போலீஸ் ஸ்டேஷனுக்கு கூட்டிட்டு போயிருப்பீங்க... ஆனா நீங்க என்னை தீர்த்துக் கட்டுறதுக்காக உங்க இடத்துக்கு கூட்டிட்டு வந்ததும்..."

சங்குண்ணி பேச்சை முடிக்கவில்லை...

பத்ரிநாராயணன் கண்கள் சோர்ந்து அப்படியே இரண்டாய் மடங்கி விழுந்து கைகளையும், கால்களையும் பரப்பிக்கொண்டு மல்லாந்தார்.


**போலீஸ்** நிலையம்.

கைதிகள் அறையில் சுத்தமாய் மயக்கம் தெளிந்து போயிருந்த பத்ரிநாராயணனை ஒரு நாற்காலியில் உட்கார வைத்துவிட்டு உதவி கமிஷனர் பரிமளநாதன், இன்ஸ்பெக்டர் பன்னீர்செல்வம், குருவன் வேடம் போட்ட போலீஸ் அதிகாரி சூரியமூர்த்தி மேலும் இரண்டு போலீஸ் அதிகாரிகள் அரைவட்டம்போட்டு சுற்றிலும் நின்றிருந்தார்கள்.

பரிமளநாதன் கேட்டார்.

"சொல்லுங்க பத்ரிநாராயணன்! எதுக்காக உங்க ஆராய்ச்சிக் குழுவில் இருந்த வருணையும், டிரைவர் மாணிக்கத்தையும்

தீர்த்துக் கட்டினீங்க...? அவங்கமேல உங்களுக்கு என்ன கோபம்...?"

பத்ரிநாராயணன் தலைகுனிந்தபடியே மெல்லிய குரலில் பேசத் தொடங்கினார்.

"அந்த காணாதது கண்டான் கோட்டையயில உள்ள 'நீல நிலா' பத்தின உண்மைகள் வெளியுலகத்துக்கு தெரியக்கூடாதுன்னு விரும்பினேன். என்னைத் தவிர வேறு யாரும் அங்கே ஆராய்ச்சி என்கிற பெயரில் போய் தங்கிவிடக் கூடாதுன்னும் நினைச்சேன். அரசாங்கத்துக்கிட்ட இதை நான் நேரிடையாகச் சொல்ல முடியாது. அதனால அந்தக் கோட்டைக்கு போனாலே ஏதாவது அசம்பாவிதங்கள் நடக்கும், உயிர்ப்பலிகள் ஏற்படும்கிறதை உறுதிப்படுத்தத்தான் வருணையயும், மாணிக்கத்தையயும் தீர்த்துக் கட்டினேன். வருணைக் கொலை பண்ண மாணிக்கத்தைப் பயன்படுத்திக்கிட்டேன். மாணிக்கத்தை கொலை பண்ண, சுந்தரைப் பயன்படுத்திக்கிட்டேன். மாணிக்கம் மொதல்ல எனக்கு விசுவாசமா இருந்தான். அதுக்கப்புறம் அவனுடைய பேச்சில் நடவடிக்கையயில் சந்தேகம் வந்துச்சு. அவனை நேரம் பார்த்து முடிக்கச் சொல்லி சுந்தர்கிட்டே சொல்லிட்டேன்."

"தில்லைராஜன்...?"

"ஆமா.. நான்தான் கொலை செஞ்சேன்,"

"சரி... தில்லைராஜனை எதுக்காக சர்ப்பகந்தி விஷம் கொடுத்து கொலை பண்ணுனீங்க...?"

"அந்த தில்லைராஜன் ஒரு நம்பிக்கைத் துரோகி. நான் முதல் தடவை காணாதது கண்டான் கோட்டைக்குப்போய் ஆராய்ச்சி பண்ணினபோது எனக்கு அந்த 'நீல நிலா' படிகம் கிடைச்சது. அந்தப் படிகத்தோட அருமை அப்போது எனக்கு தெரியலை. அது ஏதோ கூழாங்கல் வகையயச் சேர்ந்தது்ன்னு நினைச்சு அவனுக்குப் பரிசாகக் கொடுத்துட்டேன். அதுக்கப்புறம்தான் ஒரு வெளிநாட்டு படிக நிபுணர் மூலமா

213

அதனோட விலை ஒரு கோடி ரூபாய்ங்கிறதை தெரிஞ்சுகிட்டேன். நேராய் தில்லைராஜன்கிட்ட போய் விஷயத்தைச் சொல்லி, அந்த 'நீல நிலா' படிகத்தைக் கேட்டேன். படிகத்தை வித்து வர்ற பணத்தில பாதி பாதி எடுத்துக்குவோம்னு சொன்னேன். அதுக்கு தில்லைராஜன் சிரிச்சுக்கிட்டே 'அந்தப் படிகம் எங்கேயோ காணாமப் போயிடுச்சு'ன்னு சொன்னான். நான் எவ்வளவோ கேட்டும் அவன் அதே பதிலை திரும்பத்திரும்பச் சொன்னான். இப்படிப்பட்ட நம்பிக்கைத் துரோகி உயிரோட இருக்கக் கூடாதுன்னு நினைச்சுத்தான் அவன் குடிச்ச தண்ணீரில் சுந்தரைவிட்டு சர்ப்பகந்தி விஷத்தைக் கலந்தேன்..."

இன்ஸ்பெக்டர் பன்னீர்செல்வம் குறுக்கிட்டுக் கேட்டார்.

"தில்லைராஜன் விஷத்தால் பாதிக்கப்பட்டு ஆஸ்பத்திரியில் இருந்தப்ப எனக்கு ஒரு போன் வந்தது. போனில் பேசிய அந்த ஆள் நவநீதன், சிவசங்கர், பிரதிபா ஆகிய மூன்று பேரில் ஒருத்தர் தில்லைராஜனுக்கு பிறக்கலைலன்னு சொன்னான். அப்படிச் சொன்னது யாரு...?"

"சுந்தர்தான்..."

"எதுக்காக அப்படிச் சொன்னான்...?"

"தில்லைராஜனைக் கொலை பண்ணினது அவருக்குப் பிறந்த பிள்ளைகளில் ஒருத்தர்தான்னு போலீஸை நம்ப வைக்கத்தான்... ஆனா மூணு பேருமே தில்லைராஜனுக்கு பிறக்கலைங்கிற உண்மை சுந்தருக்கு முன்னாடியே தெரியும்."

"எப்படித் தெரியும்?"

"சுந்தரோட தாத்தா சுப்பையா தில்லைராஜன் வீட்டில் வேலை பார்த்தவர். அவர்தான் சுந்தருக்குச் சொல்லியிருக்கார்."

"சரி! நவநீதனை அதே சர்ப்பகந்தி விஷம் கொடுத்துக் கொலை பண்ண நினைச்சது ஏன்...? அவர் மேல் உங்களுக்கு என்ன கோபம்?"

"அவன் மேல எனக்கு எந்த கோபமும் கிடையாது. தில்லைராஜன் கொலை செய்யப்பட்டதும், நவநீதனை கொலை செய்ய முயற்சி பண்ணினதும் சொத்துப் பிரச்னைக்காகத்தான்னு போலீஸை நம்ப வைக்க அப்படிப் பண்ணினேன்..."

"தடயவியல் நிபுணர் பிரேம்குமாரைக் கடத்தினது யார்...?"

"என் வீட்டு வேலைக்காரன் பரமசிவன்... அவன் ஒரு முன்னாள் ஆயுள் தண்டனைக் கைதி. எனக்கு அடியாளாய் இருக்கட்டும்னு கெஸ்ட் ஹவுஸ்ல வேலைக்கு வெச்சுக்கிட்டேன்..."

உதவி கமிஷனர் தன் கையில் இருந்த லத்தியால் தலை கவிழ்ந்து இருந்த பத்ரிநாராயணனின் முகத்தை நிமிர்த்தினார்.

"நல்ல படிப்போடு, உயர்ந்த உத்தியோகத்தில் இருக்கிற நீங்களே ஒரு கிரிமினல்மாதிரி கொலைகளைப் பண்ணினா கிரிமினல் பேர்வழி என்னதான் பண்ண மாட்டான்...? 'நீல நிலா' படிகத்தோட உண்மையான விலை எந்த நிமிஷம் உங்களுக்கு தெரிஞ்சுதோ, அந்த நிமிஷமே நீங்க அதை அரசாங்கத்துக்கும், போலீஸுக்கும் தெரியப்படுத்தியிருக்கணும். பேராசை உங்க கண்ணை மறைச்சதால இன்னிக்கு நீங்க உங்க வாழ்நாளை ஜெயிலில் கழிக்க வேண்டிய கட்டாயம் ஏற்பட்டு இருக்கு..."

பத்ரிநாராயணன் தலை மறுபடியும் கவிழ்ந்தது.


தில்லைராஜனின் பங்களா.

இரவு நேரம் ஒன்பது மணி.

நவநீதன், சிவசங்கர், பிரதிபா மூன்று பேரும் ஒன்றாய் உட்கார்ந்து உணவருந்திக் கொண்டிருந்தார்கள்.

"நம்பவே முடியலை... இவ்வளவுக்கும் காரணம் அந்த பத்ரிநாராயணனா...?" நவநீதன் சொல்ல, சிவசங்கர் பொருமினான்.

"அந்த ஆளை தூக்குல போடணும்..."

பிரதிபா பெருமூச்சு விட்டாள்.

"நல்லவேளை! மத்தியானம் அந்த பத்ரிநாராயணனைக் கன்னிமாரா நூலகத்தில பார்த்தேன். போய்ப் பேசலாம்னு நினைச்சப்ப, அவர் சங்குண்ணியோட காரில் ஏறி போயிட்டார். நான் மட்டும் போய் பேசியிருந்தா...?"

"அந்த ஆளு உன்னையும் கூட்டிப்போய் சர்ப்பகந்தி விஷம் கொடுத்து..."

"நல்லவேளை தப்பிச்சேன்...!" சொல்லிவிட்டுச் சிரித்தாள் பிரதிபா.

அந்தச் சிரிப்பில் உடன்பிறக்காத இரண்டு அண்ணன்களும் கலந்து கொண்டனர்.

வெகுநாட்களுக்குப் பிறகு அந்த வீட்டில் ஒலித்த மனம் நிறைந்த சிரிப்பு அது!

● ● ●

www.ingramcontent.com/pod-product-compliance
Lightning Source LLC
Chambersburg PA
CBHW031549150726
47990CB00001B/273